கிரேஸி கிரியேஷன்ஸின்

அலாவுதீனும் 100 வாட்ஸ் பல்பும்

கிரேஸி

மோகன்

அறிவே விளக்கு

அல்லயன்ஸ்

அல்லயன்ஸ்

[125 - வது ஆண்டைக் கொண்டாடும் முதல் தமிழ்ப் புத்தக நிறுவனம்]

அலாவுதீனும் 100 வாட்ஸ் பல்பும்

Allaudin and 100 Watts Bulb

உரிமைப் பதிவு

முதற் பதிப்பு : 2025

அட்டை ஓவியம்: கேஷவ்

விலை : **ரூ. 150/-**

ISBN : 978-93-6358-496-9
Total No. of Pages : 108 Pages
Laser Typeset : Rani Graphics, Chennai - 04
Printing : Repro Books Ltd., India

THE ALLIANCE COMPANY

Publishers & Booksellers

Old No. 244, New No. 64, Ramakrishna Mutt Road, Mylapore, Chennai - 600 004.
Tel.: **044 - 2464 1314** | Mob.: **928 928 1314**
www. alliancebook.com • email: books@alliancebook.com

சமர்ப்பணம்

OUR GRAND FOUNDER

(Late) Shri V. K. Venkata Krishna Iyengar

(Grand father of 'Crazy' Mohan & 'Madhu' Balaji)

In more ways than one
You belonged to this generation

When people of your age normally Condemn
Stage & film acting as Untouchables -
It was just your inspiration that made
me write and act

And the greatest strength to Us
is your blessings from the Heaven

'Crazy' Thoughts

ஒரு கலைஞன் இல்லாதபோதும் பெருமை தொடரலாம். ஆனால் அப்பெருமை அக்கலைஞன் இருந்தபோது உருவாக்கியது.

அவர் இப்போது இல்லை என்பது என் மனதிற்குள் பதிவாகவில்லை. 'கிரேசிக்கு ஒரு போன் போடலாமே' என்று ஒரு வினாடி சிந்தனை தோன்றி மறைவதும் உண்டு.

என் மனதிலும், என் தொடர்பு எண் பட்டியலிலும் அழியாத, அழிக்க முடியாத சில பெயர்கள் இருக்கின்றன. KB சார், நாகேஷ் சார், அனந்து சார், சந்திரஹாசன்... இப்போ மோகன். இது நட்பையும் தாண்டியது. அவரை மோகனஹாசன் என்றே சொல்லலாம்.

Crazy மோகன் is a simple man. 'இது நான் சொன்னது, இது நான் எழுதினது, இது என்னோடது' என்று அவருக்கு எந்த எண்ணமும் கிடையாது. தான் சிந்தித்தவற்றை, பக்கத்தில்

இருப்பவர்களுக்குக் கொடுப்பதில் அவருக்கு ஒருபோதும் எந்தத் தயக்கமும் இருந்ததே இல்லை. பேனாவைத் திறந்தால் எழுத்து வரும்.

வரும் என்கிற நம்பிக்கை இருப்பவர்களுக்கு மட்டும்தான் அந்தத் துணிச்சல் வரும். அவரிடம் நகைச்சுவை மட்டும்தான் இருந்ததே தவிர, போட்டி, பொறாமை, வீண் வம்பு என்று எதையும் நான் பார்த்தது இல்லை.

அவருடைய craziness ஒரு ஒட்டுவாரொட்டி. எனக்கும் அந்த வியாதி உண்டு. அதை நான் சந்தோஷமாகப் பயன்படுத்திக்கொண்டு இருக்கிறேன்.

மோகன் மாதிரி tangential-ஆக humour யோசிக்கிற ஆள் ‘யாம் அறிந்த இந்தியாவிலே எங்கும் காணோம்.’ இதை பாரதி சொன்ன அதே திமிருடனேயே நானும் சொல்கிறேன்.

நாகேஷ், மௌலி, நான், மோகன் எல்லாம் ஒரு lineage. I definitely think a connecting wire runs between us. என் கதையில், அவர் கதை கொஞ்சம் கலக்காமல் இருக்காது. மோகன் கதையில் மௌலி சார் கதை கலக்காமல் இருக்காது.

இந்தியாவின் பெரிய காமெடி writer Mohan. ஆனால் உள்ளுக்குள் சீரியஸான ஆள். அவரது சீரியஸ் முகத்தை அவர் வெளியே கொண்டுவரவே இல்லை என்கிற என் வருத்தத்துக்கு பதில்தான் அவரோட ‘ரமணாயணம்’.

பொதுவாக சுடுகாடு என்பது முடிவைக் குறிக்கும். ஆனால் St. Mary's இடுகாட்டில் ஆரம்பித்த எங்கள் நட்பு, இன்றும் என்றும் Mohan அவர்களின் நகைச்சுவையைப் போல காலத்தால் அழியாதிருக்கும்.

கமல்ஹாசன்

22.08.2024

வாழ்த்துரை

திரு. கிரேஸி மோகன் அவர்களின் எழுத்தாற்றல் தனி பிரசித்தி உடையது. அவரை சுமார் 33 வருடத்திற்கு முன்பாக எனது நண்பர் திரு இராமநாதன் (பழம்பெரும் கர்நாடக சங்கீத வித்வான் திரு. ராம்நாத் அவர்களின் மகன்) அவர்களால் அறிமுகப்படுத்தப் பட்டேன். திரு. மோகன் அவர்களின் எழுத்தாற்றல், வசனம் என்றும் ஒரு unbelievable humour with profound message. மேலும் அவரது பாணியில் வம்புகளுக்குக் கண்டிப்பாக இடமில்லை. இது யார் மனதையும் புண்படுத்தாத humour. சிறிய குழந்தைகள் முதல் வயதானவர்கள் வரை ஈர்க்கும் இவரது பாணி. திரு. கிரேஸி மோகன் had a very great value system with which he lived, has made him a distinct human being.

Very happy to note that his able brother Mr. Madhu Balaji along with Crazy Creations team are carrying the legacy of Mr. Mohan with young fresh talents, thus keeping his humour and dialogues alive for next generation. This book containing Mohan's work is a great tribute for his contribution.

ரவி அப்பாசாமி

இந்த நாடகம்

எங்களது கன்னி முயற்றி - முதல் நாடகம். இந்த நாடகத்தை முதலில் நாங்கள் 1979ல் போட்டோம். அன்றைக்கு நாடகத் துறையில் நிறைய ஜாம்பவான்களெல்லாம் இருந்தார்கள். அந்தக் காலக்கட்டத்துல கிரேஸி மோகன் தன்னுடைய கிரிக்கெட் டீமை ஒரு நாடகக் குழுவாக்க ஆசைப்பட்டான். எங்களோட ட்ரூப்ல கிருஷ்ணன்னு ஒருத்தர். அவரோட அண்ணா கல்யாணத்துல திடீர்னு சாயங்காலம் ஜானவாஸத்தின் போது முடிவு செய்தோம்.

மோகன் அதற்கு முன்னாடி எஸ்.வி.சேகர், காத்தாடி ராம மூர்த்திக்கு நாடகம் எழுதிக் கொண்டிருந்தான். இதனால மிகவும் பாப்புலர் ஆனான். அந்த பாப்புலாரிட்டியை வெச்சிண்டு நாமும் நாடகம் போடலாமே என்று தோன்றியது. ஏனென்றால் குழந்தையிலிருந்தே எங்களுக்கு நாடகம் போட வேண்டும் என்ற 'ஆம்பிஷன்' இருந்தது.

1979ல அந்தக் கல்யாண வீட்டிலிருந்து நேரா 'ஹிண்டு' ஆபீஸுக்குப் போய், அடுத்த நாள் காலை விளம்பரம் வர்றா மாதிரி, ஒரு விளம்பரம் கொடுத்தோம். கிரேஸி கிரியேஷன்ஸ்ங்கற பெயர்

அன்றைக்குத்தான் உதயமாச்சு. ‘கிரேஸி கிரியேஷன்ஸ் பிரஸண்ட்ஸ் கிரேஸி மோகன் எழுதிய அலாவுதீனும் 100 வாட்ஸ் பல்பும்-ஸ்டோரி, டைலாக் கிரேஸி மோகன், டைரக்ஷன் பாபி, Produced by ஜி. ஸ்ரீநிவாஸன்’னு விளம்பரம் கொடுத்தோம். பாபிங்கறவர் காத்தாடி ராமமூர்த்தி குழுவில் இருந்தார். அவர்தான் எங்களது முதல் நாடகத்தை தயார் பண்ணினார். அவர் ரொம்ப சின்ஸியர் மனிதர். ரிகர்ஸலின் போது வந்து, எல்லோரும் டைலாக்கையெல்லாம் ஒழுங்கா படிச்சிருக்காளா அப்படின்னு பார்த்து ரொம்ப உதவி செய்வார். அதனால நாங்கள் அவருக்கு ஒரு அடைமொழி கொடுத்தோம். ஜனங்களை கவர்வதற்காக Cecil B.DeMille of South என்று கொடுத்தோம். மேற்பார்வை எஸ். பி. காந்தன். இவன் மோகனோட நல்ல நண்பன். ஜி. ஸ்ரீநிவாஸன் சின்ன வயசுலேந்தே பிரண்டு. தன்னுடைய நெருங்கிய நண்பர்கள் இரண்டுபேரை டைரக்டராகவும், புரொட்யூசராகவும் போட்டான். தன்னுடைய மற்ற நண்பர்களை நடிகர்களாக சேர்த்துண்டான். எங்க ட்ரூப்ல சிவாஜி கணேசனே வந்தா கூட நடிக்க முடியாது. காரணம் என்னன்னா முதல்ல எங்களோட ஃபிரண்டா ஆகணும். அப்புறம்தான் நடிகர்கள். அந்த மாதிரி குழுவோட ஆரம்பிக்கப்பட்ட நாடகம்தான் அலாவுதீனும் 100 வாட்ஸ் பல்பும். ஒரு வருஷத்துல 60 ஷோ நாங்க போட்டோம். அன்றைய தேதியில் அது ஒரு பெரிய சாதனை. ஏன்னா எங்களைச் சுற்றி ஜாம்பவான்ஸ் இருந்தாங்க. நாங்க இந்த மேடையில தாங்குவோமா - அப்படிங்கறா மாதிரி இருந்தது. அப்படிப்பட்ட சூழ்நிலையில் இந்த நாடகம், ஒரு வருஷத்துல 60 காட்சிகளுக்கு மேல வெற்றிகரமா போயி, நாடக உலக கனவை எங்களுக்கு நிறைவேற்றி வெச்சுது. நாங்களும் ஒரு நாடக நடிகர்கள், எங்களுக்கும் ஒரு நாடகக் குழு என்று அந்த இடத்துல காலை ஊன்றினோம்.

இதுல மாதுங்கற ஒரு கேரக்டர்... ஒரு மாடிப்படி மாதுங்கறா மாதிரி இருக்கணும்னு மோகன் மாதுங்கற கேரக்டரை ‘க்ரியேட்’ பண்ணினான். அது ‘எதிர் நீச்சல்’ மாதுவை பார்த்துட்டு, அதே மாதிரி கிட்டத்தட்ட பல குடும்பங்கள் இருக்கற இடத்துல, ஒரு பையன், படபடன்னு எல்லோருடனும் பேசிண்டு இருக்கறா மாதிரியும், அவன் பெயரையே வைக்கணும்னும் நெனச்சுண்டு, நாகேஷ் பெயரையே வைத்தான். மோகனுடைய கனவு என்னன்னா, என்றைக்காவது ஒரு நாள், தன் தம்பி பாலாஜி ஒரு சிறந்த நடிகனா நாகேஷ் மாதிரி வரணும்; தான் பாலசந்தர் மாதிரி ஒரு பெரிய Writer & Directorஆ வரணும் அப்படிங்கறதுதான். Of course அது ரொம்ப high expectation. ஆனா அதுல ஒரு 5%, 10% தொட்டாலே, அது ஒரு பெரிய வெற்றிதான். அதுதான் நாங்கள் அடைஞ்சிருக்கோம்.

கிரேஸி கிரியேஷன்ஸ்ல இதுவரைக்கும் மொத்தமா 6500 காட்சிகள் போட்டிருக்கோம். அலாவுதீனும் 100 வாட்ஸ் பல்பும் மட்டும் 1979 லேந்து, இதோ 2024ல உங்களோட பேசிண்டிருக்கற இன்னி வரைக்கும் இந்த நாடகத்தை போட்டிண்டிருக்கோம். 45 வருஷமா தொடர்ந்து, விடாமல் இந்த நாடகத்தை நடத்திண்டிருக் கோம். அதுவே பெரிய வெற்றி. காலம் கடந்து இந்த நாடகம் ஜெயிச்சிண்டிருக்கு. அன்றைக்கு இந்த நாடகத்துல நடிச்ச நடிகர்கள் எல்லோரும், இன்றும் எங்கள் குழுவுல இருக்காங்க. அது எங்களுடைய ட்ரூப்போட பெரிய ப்ளஸ் பாயிண்ட். நல்ல நடிகர்கள்; நல்ல நண்பர்கள் turned into good actors.

மாது பாலாஜி

Thank You...

I thank our sponsors - **Appaswamy Real Estates, iSolve, The India Cements Limited, Leap Sports and Chennai Super Kings** - for having sponsored our stage plays for the past 35 years.

- Maadhu Balaji

I also appreciate the help of Shri. S. L. Nanu, Smt. Uthra Srinivasan and Smt. Shiela Srinivasan in bringing out this book.

அல்லயன்ஸ்ஸுடன் அல்லயன்ஸ்...

125 வருஷங்களாக இருக்கும் அல்லயன்ஸ் கம்பெனியுடன் எங்களுக்கு ரொம்ப வருஷங்களாகத் தொடர்பு உண்டு. எங்க அப்பா மைலாப்பூர் பிராஞ்ச் இந்தியன் பாங்க்ல அக்கௌண்ட்டண்ட்டா இருந்த காலத்துலேந்தே தொடர்பு உண்டு. அங்கிருந்து நிறைய புஸ்தகங்களை வாங்கி படிச்சிருக்கார்... விரும்பி கேட்டு வாங்கிப் படிப்பார். ஸ்ரீநிவாஸனுடைய அப்பாகிட்டயும், ஸ்ரீநிவாஸன்கிட்டயும் கேட்டு வாங்கிப்பார். ஏன்னா, எங்க அப்பாவுக்கு படிக்கற ஆர்வம் ரொம்ப உண்டு. எங்க அப்பா மாதிரியே மோகனுக்கும் படிக்கற ஆர்வம் இருந்து, அவனும் அல்லயன்ஸ் கம்பெனிலேந்து நிறைய வாங்கி படிப்பான்.

மோகன் எழுத ஆரம்பித்து, ஒரு கட்டத்துல, மைலாப்பூர்ல ஸ்ரீநிவாஸனை சந்திக்கறச்சே எல்லாம், 'சீனு...! நான் உங்க ஆபீஸுக்கு வரேன்... வரேன்...! எங்க டிராமாவ எல்லாம் புஸ்தகமாப் போடணும்' என்று சொல்லிக் கொண்டே இருப்பான். ஸ்ரீநிவாஸன் சாரும் 'வாங்க சார்... வாங்க சார்...'ன்னு சொல்லிக் கொண்டே இருப்பார். சோ சாரும் மோகன் கிட்ட, 'உன் புஸ்தகங்களை யெல்லாம் அல்லயன்ஸ் மூலமா கொண்டு வா. பாதுகாப்பா இருக்கும். நாளைக்கு வருங்கால சந்ததியினருக்கு மிகவும் usefulஆ இருக்கும்' என்று ஒரு தடவை சொன்னார்.

இந்த முயற்சி ரொம்ப நாளா நடந்துண்டே இருந்தது. எல்லாத்துக்கும் மேல மோகன் தன்னுடைய 'டைரி'யில எழுதி வெச்சிருந்தான். அதை நான் மோகன் இறந்து போனதுக்கப்புறம்தான் பார்த்தேன். 'என்னுடைய எழுத்துக்கள் அனைத்தும், நாடகங்கள் மட்டுமல்ல, அனைத்து எழுத்துக்களும் அல்லயன்ஸ் கம்பெனி மூலம்தான் வெளிவரவேண்டும்' என்று எழுதியிருந்தான். ஆனால், முன்னாடி நாங்கள் ஓரிரு புத்தகங்களை வேறு சில பதிப்பகங்களுக்குக் கொடுத்திருந்தோம். அதையெல்லாம் கூட, அவர்களிடம் அனுமதி பெற்று, அல்லயன்ஸ் கிட்ட கொடுத்திருக்கேன். என்ன காரணம்னா, என்னுடைய future generation பேரன்... கொள்ளு பேரன்.... இவங்களெல்லாம் மைலாப்பூர்லதான் naturalஆ வாழப் போறாங்க. இல்லை... வேற எங்கயாவது இருந்தாக்கூட, இந்தப் பக்கம் வந்தால், அவங்களுக்கு தாத்தாவோட contributions வேணும்னா அவர்கள்

அல்லயன்ஸுக்குப் போய் வாங்கிக் கொள்ளலாம். ஒரே இடத்துல எல்லாம் இருந்துதுன்னா சௌகரியமா இருக்கும். அதனாலதான் நான் உடனடியாக ஸ்ரீநிவாஸனிடம் தொடர்பு கொண்டு, வேலையைத் துவக்கினோம்.

ஸ்ரீநிவாஸனுடைய மகன் பிரஷாந்த்தான் என்னுடன் co-ordinate பண்ணினார். Excellent person. அதாவது கண்டிப்பா அல்லயன்ஸ் ஒரு 70...80... வருஷங்களுக்கு Solidஆ இருக்கப் போறதுங்கறதுக்கு உதாரணம் பிரஷாந்த். ஒவ்வொரு விஷயத்தையும் கேட்டுக் கேட்டு, அவ்வளவு நன்றாக வேலை செய்கிறான். இது எனக்கு மிகவும் சந்தோஷம். ஏன்னா.. வேலை ரொம்ப speedஆக நடக்கிறது. மோகனுடைய எழுத்துக்கள் அனைத்தும் புஸ்தக வடிவில், அல்லயன்ஸ் மூலம் வெளிவரும்.

சோ அவர்கள் சொன்ன 'ஜோக்' ஒண்ணுதான் ஞாபகத்துக்கு வருது. 'ஜெனரல்லா அல்லயன்ஸ்னாக்கா ஒரு எலக்ஷன் வரைக்கும் கூட தாங்காது. நூறு ஆண்டுகள் தாங்கின அல்லயன்ஸ் இந்தியாவிலேயே இது ஒண்ணுதான் இருக்கும்.' சோ சொன்னதையேதான் நானும் சொல்றேன். எங்கள் கிரேஸி மோகன், கிரேஸி கிரியேஷன்ஸ் கூட வந்த அல்லயன்ஸ் காலம் முழுவதும் நீடிக்கும் என்று உறுதியாக சொல்கிறேன்.

மாது பாலாஜி

இயக்குனரின் பார்வை

நாடகத்தின் தலைப்பைக் கேட்டவுடனேயே சிரிக்கத் தூண்டும் கிரேஸி மோகனின் தனிப் பாணி, அவரது சொந்தக் குழுவான எங்கள் கிரேஸி கிரியேஷன்ஸின் இந்த முதல் நாடகத்திலும் வெளிப்பட்டது...

நாடக விற்பன்னர்கள் தமிழ் நாடக மேடையைக் கலக்கிக் கொண்டிருந்த அந்தக் காலகட்டத்தில், புதுக் குழுவானாலும் திரை ஏறிய அந்த நொடியிலேயே காண்பவரைக் கலக்க வைக்க வேண்டும் என்ற என் விருப்பத்தைப் பூர்த்தி செய்து, மேடையில் தொங்கும் *100 வாட்ஸ் பல்பு* பேசுவதாக எழுதியது கிரேஸி மோகனின் புத்திச் சாதுர்யம். அந்தப் பல்புக்கு தானே குரல் கொடுத்ததும் அவரது சாமர்த்தியம். ஆனால் சில நிமிடங்களே வரக்கூடிய அந்த அறிமுகத்திற்கு, அவர் எழுதியதோ 100 பக்கங்கள்.

100 வாட்ஸ் பல்பு: 'எனக்கு நான்கு தம்பிகள். அவங்க பேரு *0 வாட்ஸ், 15 வாட்ஸ், 40 வாட்ஸ் மற்றும் 60 வாட்ஸ்*... எனக்கு ஒரு அண்ணா உண்டு. அவனுக்கு எதுவுமே லேட்டாதான் புரியும். அவன் பேரு ட்யூப் லைட்டு'.

இப்படி என் எடிட்டிங்கிற்கு அகப்பட்டு, நாடக நீளம் கருதிக் காணாமல் போன மோகன் சர வெடிகள் பலப் பல.

இறுதிக் காட்சியில், மாதுவைத் திருத்த அலாவுதீன் மேற் கொண்ட செயல்கள் பெரும் கரகோஷம் பெற்றன... அதற்கு ஹேதுவாக நான் அமைத்த மிருதங்க பின்னணி இசையும் சேர்ந்து கொண்டது.

கல்லூரி நாடகங்களில் மட்டுமே நடித்துக் கொண்டிருந்த யூத் பாலாஜி, முழு நீள நாடகத்தில் ஹீரோவாக நடிக்க முடியுமா என்று எழுந்த சந்தேகங்களை அவர் தவிடு பொடியாக்கி, மாதுவாக ஜொலித்தார்.

நாடகம் முடிந்ததும் கிடைத்த பெரும் கரகோஷங்களுக்கு மத்தியில் என் அண்ணன் நாடகத் திலகம் திரு. மௌலியின் மனம் திறந்த பாராட்டும் சேர்ந்து வந்தது எங்கள் பாக்கியம். இந்த நாடகத்தின் 100வது காட்சிக்குத் தலைமை தாங்கிய திரு.மௌலி, இது நாடக மேடையில் ஒரு கவிதை (This Drama is a Poem on Stage) என்று முத்தாய்ப்பு வைத்தது இன்றும் எங்கள் குழுவினரின் காதுகளில் ஒலித்துக் கொண்டேயுள்ளது.

S.B. காந்தன்

மோகனுடன் நான்...

Crazy Mohan is my mentor, but for him, I would not have been in this field for so long. It is all providence and the will of God that made me join his CC unit and that we became close friends. Little did I know that my performance as an auditioned artiste - as hero Uppili, in one of Crazy Mohan's plays for Doordharshan in 1977 called 'ore oru nimisham' (ஒரே ஒரு நிமிஷம்), would be the turning point in my theatre career for good. He liked my performance immensely; we chatted after the recording, and he remembered me when Crazy Creations was started. He invited me to join the team and the rest is history.

Crazy Mohan revolutionised comedy writing and set a trend - fast-paced with fun and pun that will keep our funny bone tickling. The biggest strength of Crazy Mohan is his neat humor without crude dialogues or double entendres or cheap political potshots. That's probably the biggest reason for his longevity in theatres, where his plays continue to draw fans from all over the world. For book lovers who have a penchant for hilarious works of Broadway playwright Neil Simon & English humourist P.G. Wodehouse, Crazy Mohan's plays in book format shall be a delight and pleasure to possess!

Crazy Mohan's maiden venture for his troupe – 'Alauddin and 100 watts bulb', a play soaked with humour and a poetic finish, is an insightful socio-fantasy laced with downright earthy humour blending magical realism with surrealism. The play has been part of Crazy Creations' repertoire for the past 45 years - there is a nostalgic stream accompanying the narrative that invokes deja-vu in the audience.

It is an exceptional play that is soft, tender, caring and has enough doses of family bonding, career struggles, love, anger, pride, ego, stupidity and towering above all, with the advent of magic genie A auddin, Crazy Mohan keeps us glued to our seats to the last.

The title itself piques one's interest – we would have on y heard about Alauddin and the magic lamp – 'what has that got to do with 100 watts bulb?', we may wonder! Crazy Mohan adds humour right from the title of the play.

To dwell deeper, the exciting drama starts in a typical "ondu kuduthanam" (ஒண்டு குடித்தனம்), mansion type of living in the old Triplicane which housed and nurtured many families who were in lower income category. They are living as a joint family in a house that has amongst them varied characters each one with their own idiosyncrasies - be it volatile & boisterous Ramanujam, his devoted wife Mythili, their only son Maadhu who is an unambitious, lethargic spoiled brat. Maadhu's father Ramanujam, a soon-to-retire maths teacher is perturbed to see his only son's lackadaisical approach and laziness without a care about future. Maadhu is characterized as a happy-go-lucky person, not too smart but falling into typical life's emotions – falling in love repeatedly and not succeeding in either love or job search.

The other characters include Beema Rao, a co-tenant who is a body builder trying to make big in his chosen dream, a stuttering typist T. Venu who is also struggling to survive but is ambitious and hard working. There is one more unique character 'Konar' who is the house owner of this old mansion who is empathetic and for whom collecting the meagre rent from his tenants is a daunting task every month. The beauty of living together comes into play as everyone pitches into everyone else's life.

Amidst this scenario, there enters middle-aged man Rangabhashyam - a widower with his young daughter Janaki who is smart and attractive. Maadhu inevitably falls in love with her, woos her, and plots very hard to win her heart.

When Maadhu wishes to go for a movie with Janaki, knowing that he cannot do that alone, makes an elaborate plan to take the entire household along. This scene is so hilarious that our stomach will start aching with laughter. The plan goes for a toss when everyone else leaves without Maadhu – this is the punishment meted out by his father for not changing the 100 watts bulb in the common hall, which gets fused at the inappropriate time.

When Maadhu tries to break the bulb in frustration, to his surprise, comes the genie Alauddin from the lamp, who is visible only to Maadhu and not to others. What follows is a laugh riot, several rip-roaring funny scenes with invisible Alauddin around. Who can forget the 'towel scene' with Ramanujam or the scene where Mythili comes running from the kitchen seeing the vessels getting washed and getting on the rack seemingly by themselves! The most notable scene, of course, is the 'pon paarkum' (bride seeing scene) where Alauddin's assistant, played by one of the popular actors 'Kulla Gopi', shows his true appearance to everyone but looks very much like his tall son, the bridegroom to his own father Narasimhachari. One cannot forget the epic dialogue – 'Mulaichi moonu ela vidalai' – முளைச்சு மூணு இல விடல - which gets a counter punch by Narasimhachari who retorts 'unge paiyan innum mulaikave illay oi' – உங்க பையன் இன்னும் முளைக்கவே இல்லை ஓய்!

When we think everything is going great, this play takes a poignant turn, goes to show the other side of human behaviour – how sudden wealth, position, societal status can change a common man. Our dear hero Maadhu changes completely when the quality of his life gets elevated, which makes him haughty, and he starts treating all with utter disdain. Alauddin who has come to help Maadhu feels upset, exceedingly sad to see this undesirable transformation. Maadhu doesn't heed to Alauddin's requests and ill-treats everyone, including his parents, and even moves away from his dear Janaki.

The climax of the play will leave a mark on everyone's heart – you will feel like getting up and shouting at Maadhu not to spoil his life, but the inevitable happens. The theme is evergreen, the dialogues are still contemporary, the characterization that Crazy Mohan built in the play – Maadhu, Ramanujam, Mythili, Janaki etc. remains etched in our memories. Infact most of these names find a permanent place in each of Crazy Mohan's future productions.

As we say about first love, this play is unforgettable for me and though there are and were many plays and many loves after this, Alauddin and 100 watts bulb remains deep in my heart as my most endearing play to date.

(For one and all - Maadhu's Appa 'Ramesh' became 'Appa Ramesh' from this drama. Eventually, the adage settled in my visiting card.)

Kalaimamani Appa Ramesh

Senior Member - Crazy Creations

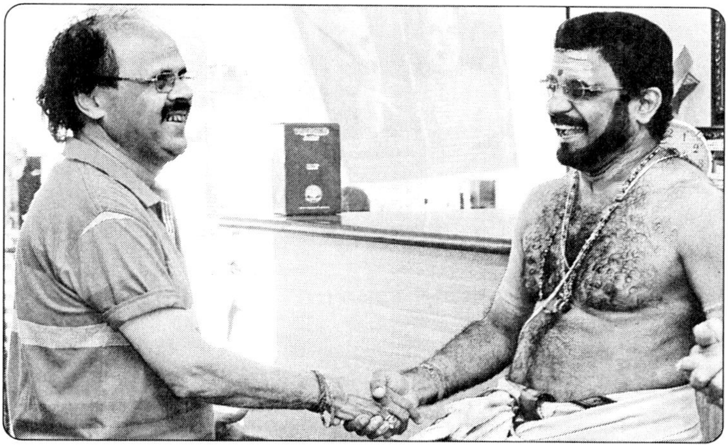

பாலாஜி கிட்ட பேசிட்டேன்

'சீனு! நான் கமலோட டிஸ்கஷன் டிஸ்கஷன்னு ரொம்ப பிஸியா இருக்கேன். ஆனால் பாலாஜி கிட்ட பேசிட்டேன். அவனை 'ஸ்க்ரிப்ட்' எல்லாம் எடுத்துண்டு வந்து உன்கிட்ட கொடுத்திட சொல்லியிருக்கேன்.' நான் எப்போதெல்லாம் மோகனைப் பார்க்கிறேனோ, அப்போதெல்லாம் அவரிடமிருந்து வரக் கூடிய பதில். மயிலாப்பூர் மாட வீதியில் உள்ள வெற்றிலை கடையாகட்டும், விழாவாகட்டும், நாங்கள் இருவரும் இருந்த விழா மேடையாகட்டும், திருமண நிகழ்ச்சியாகட்டும் எங்கு பார்த்தாலும் இதே பதில்தான்.

எனக்கும் மோகனுக்கும் 1992 முதலிலேயே தொடர்பு ஏற்பட்டது. அப்போது நாங்கள் 'சோ' அவர்களின் நாடகங்கள், கதைகள் எல்லாவற்றையும் புத்தகங்களாக வெளியிட ஆரம்பித்தோம். தமிழ் நாடக உலகில் பிரபலமாக இருந்த ஒய்.ஜி. மகேந்திரன், மௌலி, விசு, மெரீனா, எஸ்.வி.சேகர், கிரேஸி மோகன் போன்றவர்களின் நாடகங்களை எல்லாம் புத்தக வடிவில் கொண்டு வர எண்ணி, ஒவ்வொருவராக அவர்களது வீட்டிலேயே சென்று சந்தித்தேன். இவர்களில் சோ, மெரீனா ஆகியோரது நாடகங்களை வெளியிட்டோம். ஆனால், மற்றவர்கள் எல்லாம் அப்போதுதான் நாடகத்தில் வெற்றி பெற்று சினிமாவில் காலடி வைத்து மிகவும் பிஸியாக இருந்தார்கள். அந்த நேரத்தில்தான் எஸ்.வி. சேகரின் நாடகங்கள் எல்லாவற்றையும் ஒரே சமயத்தில், அன்றைய முதல்வர் ஜெயலலிதா வெளியிட்டார்.

சினிமாவில் நுழைந்த நாடக வெற்றியாளர்கள், அப்போது சென்னை தொலைக்காட்சியிலும் மிகவும் பிஸியாக இருந்தார்கள். இந்தச் சமயங்களிலும் மோகனை சந்திக்கும் போதெல்லாம், 'சீனு! பாலாஜி கிட்ட சொல்லிட்டேன்' என்ற பதில்தான். எவ்வளவு பிஸியாக இருந்தாலும் மோகன் நின்று பேசி விட்டுப் போவதோடு, எங்கள் வீட்டு மங்கல நிகழ்ச்சி, எங்கள் நிறுவன புதிய கட்டிட திறப்பு விழா, எங்கள் அலுவலகத்திற்கு ஸ்ரீ காஞ்சி பெரியவர் விஜயம் போன்ற நிகழ்ச்சிகளுக்குத் தவறாமல் வந்து விடுவார்.

ஒரு சமயம் சென்னை புத்தகக் காட்சியில் நான் செயலாளராக இருந்த போது, மோகனை சிறப்புப் பேச்சாளராக அழைத்திருந் தேன். அன்று நல்ல மழை. எல்லோரும் இந்த நிகழ்ச்சி ரத்து ஆகி விடும் என்று எண்ணினர். ஆனால், மோகனுடைய பேச்சைக் கேட்க வந்திருந்த கூட்டத்தைப் பார்த்ததும், குடையை பிடித்துக் கொண்டு, மோகன் மேடையேறி, 'மழை பெரியதாக இருக்கிறது. மழையை விட நீங்கள் அதிகமாக இருக்கிறீர்கள். நீங்கள் பேசச் சொன்னால் நான் பேசுகிறேன்' என்று 'மைக்'ல் பேசியவுடன், கூட்டத்தினரும் குடையுடன் பேச்சை ஆர்வமுடன் கேட்கத் தொடங்கினர். இயற்கை மழையுடன், நகைச்சுவை மழையையும் சேர்த்து அறுசுவை அவியல் போல் மக்கள் ரசித்தனர். மறக்க முடியாத நிகழ்ச்சி இது. மோகனுக்கும் மிகவும் மகிழ்ச்சி.

அங்கேயும் புறப்படும் போது, 'சீனு! பாலாஜிகிட்ட சொல்லிட் டேன்' என்ற பதில்தான். நாட்கள், மாதங்கள், வருடங்கள் ஓடின. மோகனும் சிரித்து, சிரிக்க வைத்து இயற்கை எய்தி விட்டார். பிறகு பாலாஜியை, கபாலி கோயிலில் சந்திப்பேன். நீண்ட நேரம் பேசுவோம், பேசுவோம், பேசிக் கொண்டேயிருப்போம். இப்படியே ஒரு சில வருடங்கள் ஓடின. எல்லாவற்றிற்கும் நேரம் வர வேண்டுமே! இப்போதுதான் வந்தது. அதுவும் சாதாரணமாக இல்லை. பாலாஜி தங்களது நாடக ஸ்க்ரிப்டையெல்லாம் தேடும் போது, மோகன் எழுதிய டைரியை படித்து, உடனே எனக்கு போன் செய்து, 'சீனு! மோகன் தன் டைரியிலேயே, 'என்னுடைய புத்தகங்கள் எல்லாம் அல்லயன்ஸ் கம்பெனியில் தான் வர வேண்டும்' என்று எழுதியிருக்கான் என்று தழுதழுத்துக் கூறினார். டைரி மூலமாக தனது நிலையை தெரிவித்த மோகனுக்கும், அதை என்னிடம் அன்புடன் தெரிவித்த பாலாஜிக்கும் எனது மனமார்ந்த நன்றி. கிரேஸி மோகன் பாலாஜியிடம் பேசி விட்டார்; பாலாஜியும் ஸ்க்ரிப்டையெல்லாம் தந்து விட்டார்; புத்தகங்களும் வந்து விட்டன. வாசகர்கள் எல்லாவற்றையும் வாங்கி ஆதரவு தெரிவிப்பார்கள் என நிச்சயம் நம்புகிறேன்.

அல்லயன்ஸ் ஸ்ரீநிவாஸன்

125வது ஆண்டில்...

தமிழில் நல்ல நூல்களை வெளியிட்டு வரும் அல்லயன்ஸ் ஸ்தாபகர் ஸ்ரீ வி. குப்புஸ்வாமி ஐயரை நான் பாராட்டுகின்றேன்.

- மகாத்மா காந்தி

நீதிகளைக் கற்பிக்கும் சிறுகதைகளையும், புதிய நாடகங்களையும், பல மொழிபெயர்ப்புக்களையும், இன்னும் பல விஷயங்களையும் எளிய அழகிய நடையில் வெளியிட்டுவரும் அல்லயன்ஸாரை நான் பாராட்டுகின்றேன்.

- மகாமகோபாத்தியாய டாக்டர் உ. வே. சுவாமிநாத ஐயர்

தமிழில் பல அழகிய புத்தகங்களை வெளியிட்டுவரும் அல்லயன்ஸாருக்கு நன்றி செலுத்தி அவர்களைத் தமிழ் மக்கள் ஆதரிக்க வேண்டுகின்றேன்.

- சி. ராஜகோபாலாச்சாரி

உலக சிரேஷ்டர்களின் சரிதையை எழுதுவதும் படிப்பதும் நமக்கு நல்லதையே செய்யும். அறிவை ஊட்டுவதற்கு இதுபோன்ற நூல்கள் பேருதவியாக இருக்கும். அல்லயன்ஸ் கம்பெனியாரே பல பெரியோர்களின் சரித்திரத்தை வெளியிட்டவர்கள். மக்கள் நன்மையைக் கருதி உயர்ந்த நூல்களை வெளியிடும் அல்லயன்ஸ் கம்பெனியாருக்கு தக்க ஆதரவு கிடைக்குமென நம்புகிறேன். வந்தே மாதரம்.

- எஸ். சத்தியமூர்த்தி

இம்மாதிரியான புத்தகங்களை நமது பள்ளிகளில் இருக்கும் மாணவர்களுக்குக் கொடுப்பது அவசியம். இவைகளின் வழியாக நமது இளைஞர்கள் தேச சேவையைச் செவ்வையாகக் கற்றுக் கொள்ளலாம். இதுபோன்ற நூல்களை வெளியிடும் அல்லயன்ஸ் கம்பெனியாருக்கு தமிழ்நாடு என்றும் கடமைப்பட்டுள்ளது.

- முன்னாள் மத்திய மந்திரி டாக்டர் ப. சுப்பராயன்

நம் நாட்டுக்கு ஏற்பட்ட தனிப்பெருஞ் செல்வம் அதற்குக் கிடைத்த தலைவர்கள் என்று சொல்லலாம். வேறு எந்த நாட்டிற்கும் கிடைக்காத தலைமை நமக்கு உண்டு. தக்க சமயம் பார்த்து அல்லயன்ஸ் கம்பெனியார் இதுபோன்ற தேசபக்தர் நூல்களை வெளியிடுவதை நான் பாராட்டுகின்றேன்.

- முன்னாள் முதலமைச்சர் எம். பக்தவத்சலம்

தற்போது அல்லயன்ஸ் கம்பெனியார் தமிழ் உலகத்திற்குத் தந்துள்ள இதுபோன்ற அரிய ஜீவிய சரித்திரம் உண்மையில் நமது நாட்டிற்கு படிப்பினையை பூர்வாங்கமேனும் அடைவதற்குப் பெரிதும் உபயோகமாக இருக்குமென்று நான் நிச்சயமாக நம்புகிறேன்.

- 'ஹிந்து' முன்னாள் ஆசிரியர் ஏ. அரங்கசாமி ஐயங்கார்

தலைவர்களின் வாழ்க்கைச் சரித்திரப் புத்தகங்கள் எந்த இலக்கியத்திலும் ஒரு முக்கிய அம்சமாகும். அல்லயன்ஸ் கம்பெனியார் மற்ற பிரசுரகர்த்தர்களைவிட அதிகமான வாழ்க்கைச் சரித்திரப் புத்தகங்களை வெளியிட்டு, இந்திய சுதந்திரப் போராட்டத்தை இதன் மூலம் ஊக்குவித்தனர்.

- 'தினமணி' முன்னாள் ஆசிரியர் ஏ.என். சிவராமன்

நமது பிற்கால சந்ததிகள் தெரிந்து கொள்ளுவதற்காகத் திறம்பட நமது பெரியோர்களின் சரிதைகளை சரியாக எழுதி வைக்கும் வழக்கம் நமது தேசத்தில் இல்லாமலிருந்து வருவது வருந்தத்தக்கதாகும். இந்தக் குறையைத் திறம்பட போக்கி வரும் அல்லயன்ஸ் கம்பெனியார் நமது பாராட்டுதலுக்கும் நன்றிக்கும் உரியவர்களாகிறார்கள்.

- ஆர்.கே. ஷண்முகம் செட்டியார்

தேச பக்தர்களின் நூல்களை மிகவும் உயர்ந்த முறையில் பிரசுரித்திருக்கிறார்கள்.

- ஆனந்த விகடன்

நல்ல புத்தகங்களை, தகுந்த ஆசிரியர்களைக் கொண்டு எழுதி வெளியிடும் தன்மையில் அல்லயன்ஸ் கம்பெனியார் சிறந்தவர்கள். இத்தகைய பொறுப்பும் பிரயோஜனமுமான வேலையை அல்லயன்ஸ் கம்பெனியார் மேலும் மேற்கொள்வார்களாக.

- குமரன் (பத்திரிகை)

அல்லயன்ஸ் கம்பெனியாரது ஊக்கம் மேன்மேலும் அதிகரிக்கும் வண்ணம் தமிழ் மக்கள் இதுபோன்ற தேசபக்தர்களின் புத்தகங்களுக்கு ஆதரவு அளிப்பார்கள் என நம்புகிறோம்.

- சுதேசமித்திரன்

மிகவும் சொற்ப விலையில் இப்புத்தகத்தை பிரசுரிக்க அல்லயன்ஸ் கம்பெனியார் முன்வந்திருக்கிறபடியால், அவர்களுடைய எதிர்கால தேசிய சேவைக்கு ஊக்கங் கொடுக்கும் விதத்தில், இப்புத்தகத்தைத் தமிழர்கள் ஏராளமாய் வாங்கி ஆதரிப்பார்களென்று நம்புகிறேன்.

- 'தினமணி' முன்னாள் ஆசிரியர் டி.எஸ். சொக்கலிங்கம்

The publishers have done a service to Tamil Nadu by publishing in Tamil the biography of one who was the foremost leader of Indian opinion in modern times - Mahatmaji - whose sacrifices and services in the cause of the country were unprecedented.

- The Hindu

We trust that the students and youth will make the best use of the Publication.

- The Indian Express

No library of modern literature will be complete, it can be safely affirmed, without the excellent books of The Alliance Company.

- The Free Press

The Alliance Co., that enterprising publishers of Madras deserves the thanks of all lovers of Tamil for the service to the language.

- Sunday Times

மயிலை அல்லயன்ஸ் கம்பெனியாரின் வெளியீட்டுத் திறத்தை ஈண்டு விரித்துக் கூறவேண்டியதில்லை. அதை நாடறியும். அவர்களால் வெளியிடப்பெற்ற நூல்கள் தமிழ் நாட்டுக்குப் பலவகைகளிலும் பயன் விளைத்து வருவது கண்கூடு. நாட்டு நலங்கருதி ஒழுங்கு முறையில் உழைக்கும் அவர்களுக்கு நாடு கடமைப்படுவதாக.

- திரு. வி. க.

அல்லயன்ஸார் யாதொரு இடையூற்றையும் பொருட்படுத்தாது சிறிதும் ஊக்கம் குன்றாது நடத்திவரும் இந்த நிறுவனத்தின் மூலம் ஈடு செய்ய முடியாத அளவிற்குத் தமிழிற்குச் செய்திருக்கும் தொண்டு மிகவும் வியந்து பாராட்டுதற்குரியது.

- பெ. நா. அப்புஸ்வாமி

Books Published by Alliance Co., are highly popular books.

- Rt. Hon'ble V. S. Srinivasa Sastri

அலாவுதீனும் 100 வாட்ஸ் பல்பும்

காட்சி 1

**கௌசல்யா சுப்ரஜா ராமா பூர்வா
சந்தியா ப்ரபர்த்ததே......**

காலை நேரம்

(திரை விலகுகிறது... ஸ்லோகம் Slowly subsiding... Stage இருளில் இருக்கிறது... உள்ளிருந்து குரல்...)

Good evening Ladies and Gentlemen... *நான் உங்களோட சில வார்த்தைகள் பேச ஆசைப்படறேன்... ஏன்னா நீங்க பார்த்து ரசிக்கப் போற...* I hope so... *இந்த நாடகத்திற்கு முக்கியமான* character *நான் தான்...*

என்னை உங்களால பார்க்க முடியாது சார்... Why?... *நான் ரொம்ப உசரத்தில இருக்கேன்...*But *ஒண்ணு மட்டும் நிச்சயம். நான் இல்லாட்டி இந்த நாடகத்துல நடிக்கப் போற கதாபாத்திரங்களை உங்களால பார்க்க முடியாது... தும்மல் வர அளவுக்கு பொடி வச்சுப் பேசறேன்னு நெனக்கறேன்... நான் யாருன்னு சொல்றேன்... என்னோட அறிமுகம் இத்தோட ஓவர்... என்கூட இந்த டிராமால நடிக்கப் போறவாளை அறிமுகப்படுத்த வேணாமா... பண்ணறேன் பண்ணறேன்... அதுக்கு முன்னாடி இப்ப நீங்க* Stage*ல பாக்கறது திருவல்லிக் கேணில இருக்கற நூத்துக்கணக்கான ஒண்டு குடித்தனங்கள்ள ஒண்ணு...*

இங்க எல்லாமே ரொம்ப நீளமான வீடுகள்... நிமித்தி வச்சா L.I.C.*ய விட உசரமா இருக்கும்... நீங்க பார்க்கற இந்த வீட்டுக்கு வாசப்பக்கம் நல்ல தம்பி முதலி தெரு, கொல்லை பக்கம்* Big Street*னா பாத்துக்குங்களேன் எவ்வளவு நீளம்னு...என்னை கேட்டா இந்த மாதிரி நீளமான ஒண்டு குடித்தனங்கள் இருக்கற வீட்டுக்குள்ள* State government *ஒரு மினி பஸ் விடலாம்... அவா அவா போர்ஷன் வந்தா இறங்கிக்கலாம் பாருங்க.*

இந்த வீட்டுக்கு தற்போதைய சொந்தக்காரன் ஆனந்த கோனார்... ஆனந்த கோனாரோட கொள்ளுத் தாத்தா ராவ் பகதூர்

தாண்டவ கோனார் 1905ல இந்த வீட்டை கட்டினார்... கட்டினார்னு கூட சொல்ல முடியாது, குடைஞ்சார்னுதான் சொல்லணும்.

வீடா இது கட்டறதுக்கு... குகைன்னா... நீங்க பாக்கற இந்த ஒண்டு குடித்தனத்துல ஏழு எட்டு புறா கூண்டு இருக்கு. இவ்வளவு கஷ்டத்திலேயும் இந்த கூண்டுக்குள்ள வாழ்ந்த புறாக்கள் சாமர்த்தியமா கொஞ்சிக் குலாவி அதனால முட்டையிட்டு குஞ்சு பொரிச்சுருக்குங்க... அப்ப புறாக்களை பார்ப்போமா...

(கௌசல்யா சுப்ரஜா ராமா பூர்வா சந்த்யா ப்ரபர்த்ததே...)

(மைதிலி தீபாராதனை தட்டை ஏந்தி சுவாமி படங்களுக்குக் காட்டுகிறாள்...)

(மைதிலியின் நெத்தியில் பிளாஸ்திரி)

(3 தடவை கும்பிடுகிறாள்...)

Bulb : *புறா நெ.1... இவ பேரு மைதிலி...பொறந்தது திருக்காட்டுப் பள்ளி மிராசுதாருக்கு... வாக்கப்பட்டது திருவல்லிக்கேணி கணக்கு வாத்தியாருக்கு... சொல்ல மறந்துட்டேனே... இந்த ரேடியோ வீட்டுச் சொந்தக்காரன் ஆனந்த கோனாரோட உபயம்... அந்த காலத்து* National Echo... first class radio Madras A, ceylon, BBC, ABC *எந்த ஸ்டேஷனும் கிளியரா எடுக்கும்...*

(மைதிலி ரேடியோ Knob*ஐ திருகுகிறாள்...)*

ரேடியோ : Your attention Please ... Bombay Mail is expected to arrive at Platform No.5... *டீசல் சத்தம்.*

பல்ப் : நான் சொல்லலை... central stationஏ எடுக்கறது... அப்புறம் என்ன... first class radio...

மைதிலி : *(*Knobஐ further ஆக திருகுகிறாள்*)*

வணக்கம் நேயர்களே இப்பொழுது 6 மணி 9 வினாடிகள்... வந்தே மாதரம்... வந்தே மாதரம்... சுகதா...

மைதிலி : மாது, எழுந்திரு மணி ஆறு ஆச்சு பாரு...

(ராமானுஜம் Entry with *கிழிந்த பனியன்...)*

(கையில் உள்ள விடைத்தாள்களை டீப்பாயில் போட்டு...)

மைதிலி : ஏன்னா... இந்த ரேடியோ என்ன Central Stationலாம் எடுக்கறது...

ராம : என்னடி உளர்றே...

மைதிலி : நீங்க வேணா பாருங்கோ (வைக்கிறாள்...)

ரேடியோ : இட்லி வடை சாம்பார்... இட்லி வடை சாம்பார். கிராக்ஜாக் பிஸ்கட்... போர்டர் வேணுமா சார்... (நிறுத்துகிறாள்)

ராம : சனியன் புடிச்ச ரேடியோ... எந்த ஸ்டேஷன் வேணுமோ அதை எடுக்காது... நேத்து Madras Bல பாலமுரளி கிருஷ்ணா கச்சேரி... கேக்கலாம்னு வச்சா Madras Bஏ எடுக்கலை... வீட்டுக்கார கோனாரை பார்த்தா...சொல்லணும்... அந்த T.P. கோவில் Street ரேடியோ ரங்கசாமி... இத்தனை நாளா Parts எல்லாம்தான் திருடிண்டிருந்தான்னு பாத்தா... வரவர ஸ்டேஷனையே திருட ஆரம்பிச்சுட்டானே... பாலமுரளி கிருஷ்ணா கச்சேரி எனக்கு கேக்க குடுத்து வக்கலை...

மைதிலி : பரவாயில்லை விடுங்கோ... அடுத்த வாரம் மறு ஒலிபரப்பு வப்பான், அப்ப கேட்டுக்கலாம்...ஏன்னா பாலமுரளி கிருஷ்ணா வீணை அவ்வளவு ஜோராவா வாசிப்பான்...

ராம : கர்மம் அது பாலசந்தர்... சரி சரி, நான் போய் பல் தேச்சுட்டு வரேன்... காப்பி கலந்து வை...Sugar போடாத என்ன...

மைதிலி : எல்லாம் தெரியும்...

ராம : இந்த மாது ராஸ்கல் இன்னுமா எழுந்துக்கலை... மணி 6.30 ஆறது... (Bathroom போகிறார்...)

பல்ப் : ராமானுஜம் காப்பில சுகர் போடாதேன்னு சொன்னதை வச்சுண்டு அவருக்கு டயாபடீஸ்னு தப்பா நினைச்சுக்காதீங்க... மெயின் Reason சரியான கஞ்சன்.

(ராமானுஜம் பல் தேய்த்து விட்டு வருகிறார்)

மைதிலி : இப்ப மாது எழுந்தா காப்பி கேப்பான்... இல்லைன்னா கத்துவான்...

ராம : எழுந்தாதானே... நீயேன் எழுப்பறே... பேசாம அப்படியே தூங்க விடு... 10 மணிக்கு எழுப்பி சோத்தை போட்டுடு... சரி சரி, அந்த S.S.L.C. Answer paperஐ எடு... திருத்தணும்...

மைதிலி : (கொடுத்து) உங்களுக்கு இருக்கற கஞ்சத்தனத்துக்கு நூத்துக்கு 20 மேல போடவே மனசு வராது... பாவம் யாராத்து பசங்களோ...

(Light off and immediately on)

(மாது தூங்கிக் கொண்டிருக்கிறான்)

(ராமானுஜம் பேப்பர் திருத்திக்கொண்டிருக்கிறார்...)

(பீமா ராவ் wait lifting...)

பல்ப் : Hello ஞாபகம் இருக்கா... நான்தான் 100 watts... இதோ உங்களுக்கு முன்னாடி wait lifting பண்ணிண்டிருக்காரே... அவர்தான் பீமா ராவ்...

இவரோட தாத்தாவை உங்களுக்கெல்லாம் தெரிஞ்சுருக்கணுமே... மரண அடி மல்லப்பான்னு பேரு... அவர் எண்ணை தேய்ச்சு குளிச்சார்னா மறுவாரம் திருவல்லிக்கேணில Oil crisis வந்திடும்... அவ்வளவு பெரிய உடம்பு... எனக்குத் தெரிஞ்சு Tailor கிட்ட துணி கொடுத்து பனியன் தெச்சுண்ட ஆசாமி அவர்தான்... நம்ப Size பனியன் எல்லாம் அவர் போட்டுண்டா ''நாயுடு ஹால்''ஞாபகம் வரும்...

(பீமாராவ் Exercise முடித்து விட்டு வருகிறார்)

பீமா : Good morning வாத்தியார் சார்... பரீட்சை பேப்பர் திருத்தறேளா...

ராம : ஆமாம்... தோ பாரேன்... பீமாராவ்... இந்தப் பையன் எழுதியிருக்கிறதை... இதை திருத்துபவருக்கு... அன்புள்ள ஐயா... இது நான் 4வது தடவையாக S.S.L.C. எழுதுகிறேன்... ஒவ்வொரு தடவையும் Mathsல பெயிலாகிறேன்... இந்த தடவையும் பெயிலானால் எங்கப்பா பெல்ட் பிஞ்சுடும்ங்கறார்...

பீமா : பாவம்...

ராம : தயவு செய்து எனக்கு Pass mark போடுங்கள். உங்கள் காலை பிடித்துக் கேட்கிறேன்... பாவம் இல்லை பீமாராவ்...

பீமா : ஆமாம் சார்.... பொழச்சு போறான் பாஸ் பண்ணி வுட்டுடுங்க...

ராம : நல்ல பையன்... கெஞ்சி கேட்கறான்... படிக்கறேன் கேளு... உங்களை தெய்வமா மதித்து இந்த

வேண்டுகோளைவிடுக்கிறேன்... கவலை படாதடா... உனக்கு Pass mark... இதென்ன P.T.O. பின்பக்கம் திருப்புக. என் பேப்பர்Ramanujam என்கிற உங்களிடம் போயிருக்குன்னு விசாரித்துத் தெரிந்து கொண்டேன்... இந்த முறையும் நான் பெயில் ஆனால் நீங்க திருவல்லிக்கேணில காலை வக்க முடியாது... ஆளை வச்சு கழுத்தை அப்படியே சீவிடுவேன்... குலத்துல நான் தேவர்... கொலைக்குக் கூட அஞ்ச மாட்டேன்... பாவி பண்ணி தொலைச்சுடாதேடா... Pass mark என்னடா 100க்கு நூறே தந்துடறேன்...

பீமா : Sir... அந்த பையனை பெயிலாக்குங்க... மிரட்டவா செய்யறான்... நான் இருக்கேன் சார் உனக்கு...

ராம : சும்மா இருடா... நீ எப்பவும் என் கூட இருக்க முடியுமா... சீப்பால கொஞ்சம் அழுத்தி தலையை சீவினாலே எனக்கு வலிக்கிறது... இவன் கத்தியாலனா சீவுவேங்கறான்..?

பீமா : பயந்தாங்கொள்ளி சார் நீங்க... ஆமாம் மணி 10.00 ஆச்சு... இன்னுமா மாது எழுந்துக்கலை...

ராம : நேத்து ராத்திரி Night Show 'அலாவுதீனும் அற்புத விளக்கும்' Friendடோட போயிட்டு வந்துருக்கான்...

பீமா : அதான் பேயறஞ்ச மாதிரி தூங்கறான்... இப்படி தூங்க விடாதீங்க சார்... சோம்பேறித்தனமா... சின்ன வயசுல சுறுசுறுப்பா இருக்க வேணாம்? நம்ப 'ஜிம்னாஸ்டிக் ஸ்கூல்ல' சேர்த்து வுடுங்க... உங்க பையனை ப்ரூஸ்லீயா ஆக்கிக் காட்டறேன்...

ராம : செத்த அந்தாண்டை போயா... நான் பேப்பர் திருத்தியாகணும்... இந்த வாரத்துக்குள்... உன்னோட இந்த அடிதடி விவகாரமெல்லாம் எனக்குப் புரியாது... எனக்குத் தெரிஞ்ச அடி 12 அங்குலம்... ஆளை வுடு...

(Lights off; Lights on)

Radio : *(மைதிலி வைக்கிறாள்...)* ஓரம் போ... ஓரம் போ... ருக்குமணி வண்டி வருது...

ராம : யேய்... Radioவை நிறுத்துடி... பேப்பர் திருத்தறச்சே Disturbance... *(நிறுத்துகிறாள்)*

மைதிலி : ஏன்னா... 'ஓரம்போ ருக்குமணி வண்டி வருது' பாட்டு A.I.R.ல தடை செஞ்சுட்டதா கங்கை அமரன்... எல்லா பத்திரிகையிலும் சண்டை போடறார்... இப்ப என்ன வக்கறான்...?

ராம : நம்ப Radioவை வச்சுண்டு இதுல வரதெல்லாம் A.I.R.ல Relay பண்றதா முடிவு கட்டாதே. கார்த்தால Central Station எடுத்தது... இந்த 'ஓரம்போ' பாட்டு எங்கயான Mylaporeல மாரியம்மன் திருவிழாவுல வச்ச பிளேட்டா இருக்கும்... அந்த படவா ரங்க சாமி Circuitல ஏதோ தப்பு பண்ணி Radioவை ரடாரா ஆக்கிட்டான்... மைதிலி, வேணு எங்க காணும்... கார்த்தாலேயே கண்ல தெம்படலை.

மைதிலி : (வேணுவின் போர்ஷனுக்குப் போய்) வேணு... வேணு...

வேணு : ஏ.... ஏ.... ஏ... என்ன? மா.... மா.... மாமி (எல்லோரும் still)

பல்ப் : Hello நேயர்களே நான்தான் பல்ப்... Excuse me for the interruption. இவன்தான் வேணு... இவன் ஒரு அனாதை... சொந்த ஊர் Trichi... Qualification, தமிழ் English ரெண்டுத்லேயும் டைப்ரைட்டிங்ல higher pass பண்ணியிருக்கான்... டைப் அடிக்க ஆரம்பிச்சா இவன் வேகத்துக்கு வலயப்பட்டி தவுல்கூட ஈடுகொடுக்க முடியாது... அவ்வளவு fast... பாவம் கைல இருக்கற வேகம் இவனுக்கு வாயில இல்லை... தெக்குவாய்... அதனால ரொம்ப சங் கோஜி... வாயில கூழாங்கல்லை அடக்கிண்டு பீச்சுல போய் உரக்கக் கத்தினா தெக்குவாய் போயிடும்னு யாரோ சொன்னதை கேட்டு வேணு try பண்ணி பார்த்தான்... போனமாசம் வயத்து வலின்னு G.H.ல Admit பண்ணா... வேணுவை டாக்டர் ஆபரேட் பண்ணி வயத்துலேந்து 4 கூழாங்கல்லை எடுத்தார்...

மைதிலி : மாமா உன்னை கூப்பிடறார்டா...

வேணு : எ...என்...என்ன... மா... மா...

ராம : ஒண்ணுமில்லைடா... வேணு... நம்ப பிள்ளையார் கோயில் குருக்கள்...வினாயகர் நாமாவளி புஸ்தகம் கொடுத்தார்... அது பழசா போயிடுச்சு... Type பண்ணித்தறியா...

வேணு : ச...ச...ரி...ரி...

ராம : அ...சா...ரி...க...க...ம...ம... ஒரு சரின்னு சொல்லறதுக்கு ஸ்வரமே போடறியே... இந்தா ஸ்லோக புத்தகம்... இந்தா... பேப்பர்ஸ்... 1 + 3... Type அடி...

மைதிலி : வேணு சமத்து... இந்த சின்ன வயசுல என்ன பொறுப்பா சம்பாதிக்கிறான்... பாருங்கோ... நான் அரசமரம் சுத்தி பொறந்தது மணி 12... ஆறது... பொணமாட்டம் தூங்கறான்... படிப்பை முடிச்சு 2 வருஷமாச்சு... ஒரு வேலைக்கும் போகாம தண்டச் சோறு தின்னுண்டு இருக்கான்...

ராம : அதுக்கு என்ன பண்றது... வசனம் கேள்விப் பட்டதில்லையா... வாத்யார் பிள்ளை மக்கு...

பல்ப் : Hello... நான்தான் 100 Watts... இந்த ஒண்டு குடுத்தனத்தின் ஒருநாள் கூத்து பாத்தாச்சா... உங்களுக்கு ஒரு முக்கியமான Characterஐ introduce பண்ண மறந்துட்டேன்... infact அவர்தான் சார் இந்த Dramaவோட கதாநாயகன்... சோம்பேறித்தனம்... recklessness இதெல்லாம் சேர்ந்த உருவம்! நம்ப மாதுவோட Qualification L.E.E. diploma in Elecrical Engg. First classல pass பண்ணியிருக்கான்... என்ன இந்த சோம்பேறியான்னு ஆச்சரியப்பட றேளா... ஏன் சார் முடியாது... பரீட்சைக்கு 3 மாசம் முன்னாடியே ராப்பகல் பார்க்காம கண் விழிச்சுப் படிச்சு... பரீட்சைல கேட்ட கேள்வி அத்தனைக்கும் முத்து முத்தான கையெழுத்துல - அதுவும் திருத்தறவனுக்கு வசதியா கொட்டை கொட்டையான எழுத்துல - எழுதற ஒரு புத்தி சாலி பையன் பரீட்சை Hallல உங்களுக்கு முன் Seatல உட்கார்ந்தா மாது என்ன நீங்களே first classல pass பண்ணுவேள்... அப்படியே பாத்து எழுத வேண்டியதுதானே...

வலது பக்க போர்ஷன்ல ஜகந்நாதன் காலி பண்ணப் போறாரே... அந்த போர்ஷனுக்கு ஒரு ராசி... எப்பவுமே ஒரு அப்பாவும் பெண்ணும் குடிவருவா... அந்த பொண்ணுங்களுக்கு either செவ்வாதோஷம் வரதட்சணை, கருப்பு, மூக்கு நீளம் இப்படி ஏதாவது குறைனால கல்யாணம் தட்டித்

தட்டிப் போயிண்டிருக்கும்... இங்க குடிவரவா வந்த மறுகணமே அந்த பொண்ணுங்க Love பண்றதோ இல்லையோ மாது அவளை Love பண்ண ஆரம்பிச்சி டுவான்... அவன் Love பண்ண ஆரம்பிச்சு 6 மாசத் துல இத்தனை நாளா அந்த பொண்ணுங்களுக்கு தள்ளிப் போன கல்யாணம் உடனே நல்ல எடமா பாத்து அமைஞ்சுடும்... கடைசியா போன ஜகந்நாதன் பொண் சுமதியையும் மாது Love பண்ணான்...

(பல்ப் Stops)

(மைதிலி வந்து Radio வைக்கிறாள்)

ரேடி : நேரம் இரவு 10 மணி 30 நிமிடம்... இத்துடன் இன்றைய நிகழ்ச்சிகள் முடிவடைகிறது...

மைதிலி : மாது... மாது... எழுந்திருடா...
(மாது எழுந்து கொட்டாவி விடுகிறான்)

மாது : மணி என்னம்மா...

மைதிலி : 10.30

மாது : ராத்திரியா... பகலா...

மைதிலி : கஷ்டம்... இப்படி ஒரு புள்ளை... ராத்திரி 10.30... சாப்பிட்டு பொழுதோட தூங்கற வழியைப் பாரு...

மாது : எனக்கு பசிக்கலை... காத்தால சாப்பிட்டுக்க றேன்... ஒரே தூக்கமா வரது... (படுக்கறான்)

மை : எனக்கு இப்ப நீ தூங்கறதை பார்த்தா டவுட்டா இருக்கு... பிள்ளை பொறக்கணம்னு வேண்டிண்டு நான் சுத்தினது அரசமரமா... இல்லை தூங்கு மூஞ்சி மரமான்னு...

(Exit)

காட்சி 2

(மாது நின்று கொண்டிருக்கிறான்... மைதிலி full hand Shirt Sleeve பட்டனை போடுகிறாள்...)

மைதிலி : மாது கண்ணா... இந்த வாட்டியான interviewல pass பண்ணி வேலைக்குப் போடா... ஏன் சொல்றேன்னா உங்கப்பா அடுத்த வருஷம் ரிடையர் ஆயிடறார்...

மாது : கவலைப்படாதேம்மா... இந்த வாட்டி நிச்சயம்... Successதான்... But எதுக்கும் ரிஸ்க் எடுக்க வேணாம்... அப்பாவையும் wanted காலத்துல ஏதான Ex employee கேட்டிருந்தா அப்ளை பண்ணச் சொல்லு...

ராம : (வந்து) உம் புள்ளை interview attend பண்ணியே ரிடையர் ஆயிடப்போறான்...

மாது : அம்மா Shirt பட்டன் பிஞ்சிருக்கு... பட்டன் தைக்க ஆரம்பிச்சா Time ஆயிடும். Pin போட்டுடு... interviewக்கு போனா என்னை பத்தி என்ன நினைப்பான்... ஒரு பொறுக்கின்னு நினைப்பான்... பட்டனை போடு...

(மைதிலி பின் போடுகிறாள்)

மாது : அம்மா...

மைதிலி : என்னடா...

மாது : Shirtக்கு மட்டும் பின் போடு... மாரோட சேத்து தைக்காதே... இப்ப வலி தெரியாது... பின்னை எடுக்கறச்சே தெரியும்...

ராம : பட்டனை போடுடா...

மாது : அதான்பட்டன்இல்லேன்னுபின்னைபோட்டாச்சே...

ராம : மூதேவி... Pant... பட்டனைச் சொன்னேன்...

மாது : (பார்த்து) சனியன் Pant பட்டனும் பிஞ்சிருக்கு... அம்மா பின் வேணும்... கொடு நானே போட்டுக்க றேன்... அப்பவே மார்ல குத்திட்ட... அது பரவாயில்ல... பொறுத்துக்கலாம்... இதுக்கு நானே போட்டுக்கறேன்...

ராம : ஏண்டி... இப்ப கிளம்பற சமயம் பார்த்து பட்டன் இல்லாத Pant Shirtஐ குடுத்து பின்னை போட்டுண்டு டயமாச்சுங்கறியே... அப்பவே பட்டனை பாத்து தச்சு வச்சிருந்தா... இந்த பின் குத்தற டயத்துல interviewக்காக prepare பண்ணியிருக்கலாம்... இல்லையா...

மாது : பரவாயில்லை... விடுப்பா... அம்மாவை திட்டாதே... அவ என்ன பண்ணுவா... பெண்புத்தி பின்புத்தி... Correctடாதான்... சொல்லியிருக்கான்...(கோனார் Entry)

கோனார் : என்ன மாதுப்பய interviewக்கு கிளம்பறாப்பிலியா... இப்ப எந்த கம்பனி...

ராம : Imperial Petroleum Manufacturing Companyல Plant Maintenance departmentல Asst. Engg post...

மாது : ரொம்ப அவசியம்... கோனாருக்கு உடனே புரிஞ்சி டும். ஏன் கோனார் ரொம்ப நாளா கேட்கணும்னு இருந்தேன். இந்த S.S.L.C. கோனார் Notes நீயா போட்ட... (மைதிலியிடம் திரும்பி) என்னம்மாது பிஞ்சுபோன சாக்ஸை வச்சுருக்கே... என்னுடைய கால் சுண்டு விரல் வெளில எட்டிப் பாக்கறது பார்... அப்பா பனியனை கழட்டு...

ராம : போடா, அதான் Shoe போட்டுக்க போறியே... interview பண்றவன் Shoeவை அவுத்து சாக்ஸை காட்டவா சொல்லப் போறான்...

மாது : ஆமாம், ஏது இந்த Shoe...? நம்மாத்துல Shoeவே கிடையாதே...

மைதிலி : பக்கத்தாத்து பையன் கிட்டேந்து வாங்கினேன்... சாயங்காலம் தந்துடறதா சொல்லி...

மாது : ஐய்யோ ராமா...அவனுக்கு 14 வயது... கால் Size சின்னது... இத எப்படி நான் போட்டுக்கறது...

ராம : சிரமப்பட்டு காலை உள்ளே நுழைடா... டயமாச்சு...

மாது : இப்ப நுழைச்சுடலாம்... interview முடிஞ்சு கழட்டறதுதான் கஷ்டம்... பாதத்தோட வெட்டித்தான் பக்கத்தாத்து பையனுக்கு Shoeவை தரப் போறேன்...

பீமா : மாது, என்கிட்ட ஒரு Shoe இருக்கு... தலைவரே, அதை வாணா போட்டுப் பாக்கறியா...

மாது : தலைவரே, Shoeவை போட்டுண்டு நடக்கணும்... அதான் முறை... உங்க Shoeவை போட்டுண்டா நான் Shoe குள்ளேயே நடக்க வேண்டி வரும். அப்பாடி, ஒரு மாதிரி பக்கத்தாத்து பையன் Shoeவை போட்டுண்டாச்சு...

மைதிலி : Certificatesலாம் எடுத்துண்டியா?

மாது : தோ... இந்த Bagல இருக்கு... பேனா (open செய்து பார்த்து) என்னம்மாது Nibயே காணும்?

மைதிலி : உங்கப்பாதான் கொடுத்தார்... அவரையே கேளு...

ராம : எனக்கு கொஞ்சம் பட்டை அடிச்சு எழுதினாத்தான் புடிக்கும்...

மாது : எத்தனை நாளா இந்த பழக்கம்... பட்டை அடிச்சு எழுதறது...

ராம : மூதேவி... அந்த பட்டை இல்லைடா... பட்டையா எழுதறது... நான் எப்பவுமே நிப்பை எடுத்துட்டு பேனா நாக்கால எழுதறதுதான் வழக்கம்...

மாது : உன்னாலதான் எனக்கு வேலையே கிடைக்கலை! போன interviewல almost வேலையே கிடைச் சுடுத்து... ஏதோ formல கையெழுத்து போடச் சொன்னான்... இந்த பேனாவால போட்டேன்... கையெழுத்து கொத்தா விழுந்தது... ink... formல வழிஞ்சு Table வழியா இறங்கி தரையில மாதுன்னு ஜெமினி வால் போஸ்டர் மாதிரி விழுந்தது...

பீமா : மாது... இந்தா பேனா... வேண்ணா வச்சுக்கோ...

மாது : நீர் பயில்வான்தான் இல்லைங்கலை... அதுக்காக உம்ம சம்பந்தப்பட்ட item எல்லாம் பெரிசாவே இருக்கணுமா... எவ்வளவு நீளமான குண்டான பேனா... பீப்பாய் மாதிரி... 6 ஓட்டை போட்டா Fluteஆ use படுத்தலாம் போலிருக்கு... ink என்ன ஒரு $1\frac{1}{2}$ படி புடிக்குமா...

பீமா : எனக்குத் தெரியாது... சாகறச்சே எங்க தாத்தா எனக்கு இந்த பேனா கொடுத்தாரு... டெய்லி இதால எழுது வேன்... இதுவரை ink மாத்தலை...

கோ : ஏன் தம்பி வேலை கிடைச்சா மாச கூலி எவ்வளவு இருக்கும்?

மாது : கூலியா... யோவ்... நான் என்ன சித்தாள் வேலைக்கா போறேன்... சம்பளம்யா... 700 to 800ரூபாய் இருக்கும்...

கோ : நான் ஒரு 700... 800 ரூபாய் இருக்குமோன்னு நினைச்சேன்...

மாது : அப்புறம் அப்பா... ஒரு பவுண்டுக்கு எத்தனை ஷில்லிங்... போன interviewல கேட்டான்... பதிலே தெரியலை...

ராம : 12 ஷில்லிங்ஸ்...

பீமா : நான் 500 பவுண்டு தூக்குவேன்... அப்ப 500x12 = 6000 ஷில்லிங்ஸ் நான் தூக்கறேன்...

மாது : தலைவரே... இது வேற பவுண்டு...
(வேணு ஓடி வந்து)

வேணு : மா... மாது...

மாது : சொல்லுடா டயமாச்சு...

வேணு : மா... மா...

மாது : இதான் உன்கிட்ட கஷ்டம்... சொல்ல வருவ, ஆனா சொல்ல மாட்டே...

வேணு : மாது... இ... இந்தா...

மாது : சாரிடா...

ராம : என்னடாது...

மாது : என் பாலிடெக்னிக் பிரின்ஸ்பாலுகிட்ட நான் ஒரு football playerனு Certificate வாங்கினேன்... அதுக்கு ஒரு காபி type அடிக்கச் சொன்னேன்... அதான்... என்ன வர வர திக்கல் உனக்கு டைப்பிலேயும் வர ஆரம்பிச்சுடுத்து... விட்டு விட்டு அடிச்சிருக்கே...

ராம : கிளம்புடா... மணி 10 ஆச்சு...

மைதிலி : கேள்விக்கு பதில் தெரியலைன்னா நான் சொன்ன ஆஞ்சநேயர் ஸ்லோகம் சொல்லு... டக்குனு ஞாபகம் வந்துடும்...

மாது : போம்மா... போன interviewல ஒரு கேள்விக்கு பதில் டக்குனு ஞாபகம் வரலை... சரி நீ சொன்னி யேன்னு... ஆஞ்சநேயர் ஸ்லோகம் உரக்க சொன் னேன்... interview பண்றவர் சொன்னார்... தம்பி இது தெர்மல் பவர் ஸ்டேஷன்... தருமபுர ஆதீனம் இல்லைன்னார்...

(திரை)

காட்சி 3

(Stage **இரண்டாகப் பிரிக்கப்பட்டு, ஒரு** side interview room; **நடுவில் தடுப்பு கதவு; மறு பாதியில் பெஞ்ச்)**

(பெஞ்சில் மாது, மைதிலி, ராமானுஜம், பீமாராவ், வேணு, கோனார்)

(கோட்டு சூட்டுடன் ஒருவர் வருகிறார். எல்லாரும் எழுந்து Good morning Sir.. Good morning **என்று சொல்கின்றனர்.)**

கோட்டு : உங்கள்ள யார் வந்தது மொதல்ல interviewக்கு?

மாது : நான் ஒருத்தன் தான்...

கோட்டு : அப்ப இவங்கல்லாம்...

மாது : இது எங்கம்மா மைதிலி... எங்க அப்பா ராமானுஜம்... அது பீமாராவ்... அது வேணு... எங்களோட குடியிருக் கறவங்க... அது கோனார் - வீட்டுச் சொந்தக்காரர்... வேற யாரான வந்து இருக்காராப்பா....

கோட்டு : தலை சுத்தறது... இவங்களெல்லாம் எதுக்கு வந்துருக்காங்க...

மாது : நாங்க திருவல்லிக்கேணி ஒண்டு குடுத்தனத்துல இருக்கோம்... எங்களுக்குள்ள ஒத்துமை ஜாஸ்தி... எங்க போனாலும் - பீச்சக்குப் போனாலும் சரி, சினி மாக்குப் போனாலும் சரி, எல்லாரும் சேர்ந்துதான் போவோம்...

கோட்டு : ஒரு சின்ன கேள்வி, தப்பா நினைக்க மாட்டீங்களே?

மாது : பரவாயில்லை... கேளுங்கோ... interviewல எவ்வள வோ கேட்கப் போறீங்க கேள்வி.

கோட்டு : ஒத்துமையா எல்லாரும் எல்லா எடத்துக்கும் போறது நல்லதுதான்... ஆனா எல்லா எடத்துக்கும் அது பொருந்தாதே... சார்...

மாது : ஏன்...?

கோட்டு : உங்களுக்கே நாளைக்கு கல்யாணம் ஆறது... First Night இருக்கும்... அப்போ எப்படி? எல்லாரும் ஒண்ணா சேர்ந்தா போவீங்க...

மாது : விஷமம் ஜாஸ்தி சார் உங்களுக்கு...

கோட்டு : ஏன் சார் அப்பா அம்மாவோட வந்திருக்கீங்க... Schoolல சேறதுக்கா வந்திருக்கீங்க... interviewக்கு சார்...

மாது : அது இல்லை சார்... நம்பளோட Wellwishers பக்கத்துல இருக்கற தைரியத்துல நான் நெர்வஸ் ஆகாம Answer பண்ணுவேன் பாருங்கோ... அதான் ஒரு பக்கபலத்துக்குத்தான்...

மைதிலி : சார், எம் பையன் ரெண்டு வருஷமா வேலை இல்லாம இருக்கான்... அவனுக்கு ஒரு வேலை போட்டுத் தரணும்...

கோட்டு : அது வந்தும்மா...

ராம : அப்படியெல்லாம் சொல்லக்கூடாது... அடுத்த வரு ஷம் நான் ரிடையார் ஆகிடறேன்... இவனுக்கு வேலை கிடைக்காட்டி நாங்க சோத்துக்கே திண்டாட ணும்...

கோட்டு : சார், நான் என்ன சொல்றேன்னா...

கோனார் : ரொம்ப கஷ்டமான கேள்விலாம் கேக்காதீங்கோ Manager Sir... பயலுக்கு பதில் தெரியாது... ஏன்னா இவனுக்கு வேலை கிடைச்சு சம்பளம் வந்தாதான் என் வாடகை பாக்கி தீரும்...

கோட்டு : புரியாம பேசறீங்க... ஆமாம், என்ன சாணி வாசனை வரது... எங்கேயோ...

மாது : தப்பா நினைக்காதீங்க... கோனார் 5 மாடு வச்சிருக் கார்... பால் வியாபாரம்தான்... சாணி வாசனை இவருடைய பர்மனண்ட் யுடிகுலோன்... சார்

பாத்தா நல்லவரா தெரியறீங்க... Easy Questionsஆ கேளுங்கோ... எவ்வளவோ easy Questions இருக்கே... நான் டக்குனு பதில் சொல்ல... for example what is your Name? what is your father's name? ஒழுங்கா பட்டுனு பதில் சொல்வேன்... Please மானேஜர் சார்...

கோட்டு : என்ன கொஞ்சம் பேசவுடறீங்களா?... நான் மானேஜர் இல்லை.... interview பண்ண போறதும் இல்லை... நான் இந்த கம்பெனி ப்யூன்.

மாது : ப்யூனா...

கோட்டு : ஆமாம்...

மாது : எழவு... ப்யூனுக்கு எதுக்கு கோட்டெல்லாம்... போய் Tableஐ தொட...

(ப்யூன் வெளியே வந்து...)

ப்யூன் : Sir உங்களை கூப்பிடறார் மானேஜர்...(எல்லாரும் எழுந்திருக்கிறார்கள்)... பேஜார்... பண்ணா தீங்கப்பா... தம்பி... நீ மட்டும் வா... நீங்கள்ளாம் வரக்கூடாது...

(மாது உள்ளே நுழைகிறான்)

மானேஜர் : (Bell அடித்து) Yes come in Please...

மாது : Good morning Sir...

மானேஜர் : Good morning... you are Mr. Madhavan is it?...

மாது : yes Sir... But ஆத்துல செல்லமா மாதும்பா...

மானேஜர் : My name is புண்ணை வளநாதன்...

மாது : தப்பில்லை... வட ஆற்காடு ஜில்லால இப்படி கன்னா பின்னான்னு பேர் வக்கறது சகஜம்... But புண்யாஜனம் அன்று நெல்லுல புண்ணை வளநாதன்னு பேர் எழுத ரொம்ப சிரமப்பட்டிருப்பாளே உங்க Parents...

மானேஜர் : I think you are talking too much...

மாது : Sorry Sir...

மானேஜர் : Please take your Seat...

மாது : interview முடிச்சுடுங்கோ...போறச்சே டெபனட்டா

ரிக்ஷால வச்சான எடுத்துண்டு போயிடறேன்...

மானேஜர் : Sit down I say... (மாது உட்காருகிறான்) உன்னோட Extra Curricular activity என்ன?

மாது : I am a football Player...

மானேஜர் : Is it?...

மாது : ஆமாம்... அப்படின்னு எங்க P.T. Master சொன்னார்...

மானேஜர் : Certificate இருக்கா...

மாது : தோ... இருக்கே...

மானேஜர் : ஒரு Foot Ball Teamல எத்தனை பேர் இருப்பா...

மாது : 11 members...

மானேஜர் : அது Cricket Team... இல்ல...

மாது : Sorry சார்... மொதல்லயே இது மாதிரி கேப்பாங்கன்னு தெரிஞ்சிருந்தா Cricket playerனு Certificate வாங்கிண்டு வந்திருப்பேன்... ஏன் Sir வழக்கமா ஒரு கேள்வி கேப்பீங்களே... தாஜ்மஹாலை கட்டியது யார்னு... அது கேக்கலையா...?

மானேஜர் : சரி கேட்டதா வச்சக்கோ? Who built தாஜ்மஹால்?

மாது : எல்லாரும் ஷாஜஹான்னு தப்பா சொல்லுவா... தாஜ்மஹாலை கட்டியது 'சித்தாளும் மேஸ்திரியும்'.

மானேஜர் : நீ ரொம்ப அதிகப் பிரசங்கித்தனமா பேசறே...

மாது : ஒரு Jokeக்கு சொன்னா புண்ணை வளநாதனுக்கு உடனே கோவம்...

மானேஜர் : Be steady... இது ஒரு Petroleum Manufacturing Concern... Indiaல எங்கெல்லாம் Petrol கிடைக்கும்?

மாது : ரொம்ப Simple... அசட்டுத்தனமான கேள்வி... எல்லா Petrol Bunkலேயும் கிடைக்கும்...

மானேஜர் : நீ உருப்பட மாட்டா... Please get out... உனக்கு இங்கு வேலை கிடையாது...

மாது : சர்தான்யா... நீ இல்லாட்டி வேற கம்பெனி... இவ்வளவு கேள்வி கேட்டியே ஒரு சின்ன கேள்வி கேக்கறேன்... பதில் சொல்றியா... ஷாஜஹானை கட்டியது யார்...

மானேஜர் : ஷாஜஹானை கட்டியது...யாரா... what do you mean...

மாது : அடேய் மக்கு... புண்ணை வளநாதா... ஷாஜஹானை கட்டியது மும்தாஜ்டா... (by action) வட ஆற்காடு ஜில்லா தானே... உம் பாஷைல சொல்றேன்... ஷாஜஹானை கண்ணாலம்... கட்டினது மும்தாஜ்... போறுமா...

மானேஜர் : I say get out...

மாது : போறேன்டா... ஆனா ஒண்ணு... உம் postக்கு வேற ஆளை போடு... இல்லை இந்த புண்ணை வளநாதன்கற பேரை மாத்து... Ok? Good Bye...

(திரை)

காட்சி 4

(Sofaவில் கவலையாக ராமானுஜமும் மைதிலியும் கன்னத்தில் கைவைத்து... அருகில் பேப்பர் படித்த வண்ணம் மாது; பீமா ராவ் Exercise செய்து கொண்டு இருக்கிறார்.)

பீமா : என்ன சார் மணி 10 ஆச்சு... உங்களுக்கு Schoolக்கு Time ஆகலை... என்ன பேசவே மாட்டேங்கறீங்க... என்ன மாமி என்ன ஆச்சு...

ராம : தோ பார்... (Letterஐ காட்டுகிறார்)

பீமா : என்னது இது...

ராம : (மாதுவை இடித்து) இந்த மூதேவி அன்று ஒரு interview attend பண்ணித்தே... அந்த Companyகாரன் வழக்கம் போல postல அனுப்பிட்டான்... Regret Card... we regret to inform you... that we are unable to accommodate you in our organisation ... ரெண்டு வருஷமா இதே கூத்து... interview attend பண்றது... immediateஆ regret letter வரது... ஞாயமா பார்த்தா இன்னிக்கு 2nd Regret Anniversary கொண்டாடணும்...

பீமா : சர்தான் வுடுங்க சார்... மாதுவுக்கும் ஒரு நல்ல காலம் பொறக்காதா... இதுக்குப் போய் வருத்தப்பட்டு...

என்னமோ... கப்பலே கவுந்த மாதிரி... உக்காந்துட் டேளே...

ராம : கப்பல் கவிழ்ந்தா பரவாயில்லை... காப்பாத்த ஹெலிகாப்டர் வரும்... நாங்க வெறும் படகு பீமாராவ்... என்னால முடிஞ்ச வரை நான் துடுப்பு போட்டுடுவேன்... அடுத்த வருஷம் ரிடையரா றேன்... இனிமே சரி, துடுப்பு போட வேணாம்... atleast படகுல ஓட்டையான போடாம இருக்கலாம் இல்லையா... மூதேவி ஏதான பேசறானா பாத்தியா...

(பேப்பரை பிடுங்குகிறார்)

மாது : சரி... வேலை கிடைக்கலை... இப்ப என்ன பண்றது... ஓடம், படகு, துடுப்புன்னு நம்பளை கரையோர மீனவ ஜாதியா ஆக்கிண்டுருக்கியே...

ராம : உன்னை பெத்ததுக்கு I regret very much.

மாது : ஏன் எனக்கு சொல்லத் தெரியாதா? ஒரு கணக்கு வாத்தியாருக்கு புள்ளையா பொறக்கறதுக்கு... I regret very much... Atleast கோனாருக்கு புள்ளையா பொறந்திருந்தா பரம்பரை சொத்துன்னு சொல்லிக்க நாலு மாடும் நீளமான ஒரு வீடும் இருக்கும்...

மைதிலி : ஐயோ மாது... ஏண்டா கோனாரை அனாவசியமா இழுக்கற... நான் பண்ண தப்புக்கு நீங்க ரெண்டு பேரும் ஏன் சண்டை போடறேள்...

ராம : (பதறியபடி) என்னடி மைதிலி சொன்ன... கோனார்ங்கற... நான் பண்ண தப்புங்கற... மைதிலி மாது எம் பையன் தானேடி... இல்லை who is this black sheep கதையா...

மைதிலி : கர்மம்... வாயை கழுவுங்கோ... ஞாயமா பார்த்தா உங்க பிள்ளையை பெத்ததுக்கு I should regretனு சொல்ல வந்தேன்...

பீமா : சார் வுடுங்க சார்... நீங்க Schoolக்கு போற வழியைப் பாருங்க... இந்த job இல்லாட்டி என்ன - மாதுவுக்கு வேற job கிடைச்சுட்டு போறது...

ராம : ஏது கம்பெனி... இந்தியால இருக்கற எல்லா கம்பெனிக்கும் இவன் apply பண்ணி அவா regret reply அனுப்பியாச்சு... எனக்குத் தெரிஞ்சு இவன் இதுவரை apply பண்ணாத ஒரே post 'ப்ரசிடெண்ட் ஆப் India' postதான் பீமாராவ். இவன் வயசுலடா லால் பகதூர் சாஸ்திரி தானே உழைச்சு கஷ்டப்பட்டு சம்பாதிச்சாராம்... இதுவும் இருக்கே மூதேவி...

மாது : அப்புறம் சொல்லேன்... பீமாராவ் இவர் வயசுல அதே லால்பகதூர் சாஸ்திரி Indiaக்கே Prime ministerஆ இருந்தார்...

மைதிலி : அப்பப்பா... போதும் சண்டை.... என்னை கொஞ்சம் பேச வுடறேளா... நேத்து நம்ப ஜோஸ்யர் கோழியூர் கோவிந்த சாமிகிட்ட மாதுவோட ஜாதகத்தை காட்டி னேன்... அவர் சொன்னார் மாதுவை இந்த ரெண்டு வருஷமா சனி புடிச்சு ஆட்டுதாம்...

மாது : (ராமானுஜத்தை காட்டி) உன்னைத்தான் சொன்னார்...

மைதிலி : இந்த மாசத்தோட விடறதாம்... அதுக்கப்பறம் உங்க புள்ளை மாதுவை கட்டி புடிக்க முடியாதாம்...

ராம : போடி அறிவு கெட்டவளே... ரெண்டு வருஷமா இது இப்படி தண்டச்சோறு தின்னு தின்னு தூங்கிண்டே இருந்தா பெருத்துப் போய் கட்டிக்க முடியாம போயிடும்... இதை கோழியூர் கோவிந்த சாமி சொல்லணுமா... அதே கோவிந்த சாமிதான் சொன்னார்... நமக்கு மொத குழந்தை மகாலக்ஷ்மி யாட்டம் பொண் பொறக்கும்னு... ஆனா ஒண்ணு கோவிந்த சாமி சொன்னது கரெக்ட்... ஒரு விதத்துல... புள்ளையா பொறந்தும் பிரம்மஹத்தி பொண்ணாட்டம் லட்சணமா ஆத்துலயே முடங்கிக் கிடக்கு...

மைதிலி : இல்லேன்னா... அவர் அடிச்சு சொன்னார்... இந்த மாசத்துக்குள்ள நம்ப மாதுவுக்கு கண்ணுக்கு புலப் படாத ஏதோ ஒரு அமானுஷ்ய சக்தி அவனை பெரிய ஆளா ஆக்கிடப் போறதாம்... தான் சொன்னது பலிக்கலேன்னா தன் ரெண்டு காதையும் அறுத்துக்க றேங்கறார்...

ராம : கோவிந்தசாமிக்கு ரெண்டு காதும் டமார செவிடுடி... அறுத்துப் போட்டாலும் அதுல ஒண்ணும் நஷ்டம்

இல்லங்கற தைரியத்துல சொல்லியிருக்கு...

பீமா : ஏன் சார் அலுத்துக்கறீங்க...நம்ப மாதுவுக்கும் நல்ல காலம் ஏன் வரக் கூடாது... எல்லாருக்கும் வாழ்க்கையில அதிர்ஷ்டம் நிச்சயமா ஒருநாள் கதவைத் தட்டும்...

ராம : அதிர்ஷ்டம் கதவைத் தட்டி என்ன பிரயோஜனம்... நாம திறக்க வேணாமா கதவை... மூதேவி அப்ப பார்த்து தூங்கிண்டு இருக்கும்... சரி... சரி... டிபன் பாக்ஸை எடு... Schoolக்கு டயமாச்சு... மாது இப்ப சொல்றேன் கேட்டுக்கோ - அடுத்த வருஷம் நான் ரிடையர் ஆகிறேன்... அதுக்கப்பறம் You should stand on your own legs...

மாது : For that matter everybody has to stand on their own legs only...இன்னொருத்தன் கால்ல நின்னா அவனுக்கு வலிக்காதா...

ராம : வாய் (இடித்து) இந்த வாய் இருக்கே... ராஸ்கல் கன்னம் வரை கிழியறதுடா... உனக்கு...

மாது : கன்னம் வரை என்ன இன்னும் கிழியும்... காது தடுக்கறதேன்னு பாக்கறேன்...

ராம : நீ உருப்படமாட்ட...

மாது : Thanks...

ராம : வரேன்டி... வரேன் பீமாராவ்... ஈஸ்வரோ ரக்ஷது (Exit)

மைதிலி : மாது சோத்தை கொட்டிக்க வாடா... (Exit)

மாது : இப்ப பசியில்லை... அப்பறம் சாப்பிடறேன்...

(வேணு Entry - To let boardஐ எடுத்து வேறு To let board மாட்டறான்)

மாது : என்னடா வேணு... அந்த To let Boardஐ எடுத்துட்டு வேற மாட்டறே...

வேணு : ...இ...இ...இ...

மாது : ஆமாம் ஈ... எறும்பு... கரப்பு, பல்லி எல்லாம் சொல்லுவாயே... விஷயத்தை மட்டும் சொல்லாதே...

வேணு : இ... இந்த... போ... போர்டு... அ....அதிர்ஷ்டம்

இ... இல்லேன்னு... கோனார்... வே...வேற board மாட்ட சொன்னார்...

பீமா : அதுவும் சரிதான்... இந்த போர்ஷனுக்கு குடி வரவனெல்லாம் அப்பா பொண்ணா ஜோடியா வரான்... 6 மாசம் தங்கறான்...பொண்ணுக்குக் கல்யாணம் பண்ணி கிராமத்துல போய் செட்டி லாயிடறான்...

மாது : கடைசியா ஜகந்நாதன் போய் ரெண்டு மாசமாச்சு... கோனார் ஏன் இன்னும் இந்த போர்ஷனை காலியா விட்டு வச்சிருக்கார்... வேற ஏதாவது அப்பன் பொண்ணு வழக்கம் போல வந்தா... அந்த பொண்ணை கொஞ்சநாள் Love பண்ணி பொழுதை கழிக்கலாம்...

வேணு : நா...நா...வரேன்... *(போகிறான்)*

மாது : போயிட்டு வரேன்றியா..... சொல்லாம போயிட வேண்டியதுதானே... பேச்சே சரியா வரலை... இந்த பார்மலிட்டியெல்லாம் எழவு எவன் கேட்டான்...

(கோனார் Entry with Rangabashyam)

கோனார் : மாது... இங்க வாப்பா... இவர் பேர் ரங்கபாஷ்யம்...

மாது : அதுக்கென்ன இப்போ... *(அலுப்பாக உட்கார்ந்து கொண்டே)*

கோனார் : நம்ப காலி போர்ஷனை பார்க்க வந்திருக்கிறார்... புடிச்சா அடுத்த வாரமே குடி வந்துடுவார்...

மாது : *(எழுந்து)* Hello Sir... Hello glad to meet you... Pleased to meet you...

ரங்க : என்ன திடீர்னு பாசம் பீறிட்டடிக்குது...

கோனார் : எப்பவுமே... இந்த போர்ஷனுக்கு குடிவர அப்பாக்களை மாதுவுக்கு ரொம்ப பிடிக்கும்...

ரங்க : ஏன்...

கோனார் : அது பெரிய கதை... நீங்களே குடி வந்தா போகப்போக புரிஞ்சிப்பீங்க... இவர் பேர் Madhavan... கூப்பிடறது மாதுன்னு... மாது, அப்பா இல்லை...

LKS

T.NAGAR LKS

மாது : அப்பா Schoolக்குப் போயிருக்கார்...

கோனார் : சரி... அப்ப போர்ஷனை சாருக்கு நீ காட்டு... எனக்கு வேலை இருக்கு... மாட்டுக்கு ஊசி போடணும்... வரேன்...

மாது : சரி கோனார்... (கோனார் Exit)

மாது : வாங்கோ... சார்...

ரங்க : மாது... அதுக்கு முன்னாடி எனக்கு ரெண்டு குழப்பம்...

மாது : என்ன...

ரங்க : உங்கப்பா எங்கன்னு கேட்டதற்கு நீ Schoolக்கு போயிருக்கார்னியே......

மாது : ஆமாம்...

ரங்க : உங்கப்பாவே இப்பதான் Schoolக்கு போக ஆரம்பிச்சிருக்கார்... அவர் எப்ப Pass பண்ணி காலேஜ் போய் வேலைல சேர்ந்து... உன்னை Schoolக்கு அனுப்பறது...

மாது : கஷ்டம்... Schoolக்கு படிக்கத்தான் போகணுமா... சொல்லிக் கொடுக்க போகக் கூடாதா? எங்கப்பா Maths Teacher... ரெண்டாவது குழப்பம் என்ன...

ரங்க : மாட்டுக்கு ஊசி போடணும்னாரே, வீட்டுக்கார கோனார் 'வெட்னரி டாக்ட'ரா?

மாது : நாலு மாடு வச்சுருக்கார் சார்... பால் வியாபாரம் மெயின் பிஸினஸ்... மாட்டுக்கு வியாதி... ஊசி போட அழைச்சுண்டு போயிருக்கிறார்... குழப்பம் ஓவரா...

ரங்க : (சிரித்து)ஓவர்... அப்ப போர்ஷனை பார்க்கலாமா...

மாது : ஓ... பார்க்கலாமே... By the by உங்களுக்கு கல்யாணம் ஆயிடுத்தா?

ரங்க : ஏன்? எதுக்கு கேக்கற....

மாது : இல்லை சும்மாதான் கேட்டேன்...

ரங்க : கல்யாணம் ஆயிடுத்துப்பா... but wife இல்லை...

மாது : அது எப்படி wife இல்லாம கல்யாணம் பண்ணிப்பீங்க...

ரங்க : என்னப்பா உளர்ற... என் wife செத்துப் போய் பத்து

வருஷமாச்சு... எதுக்கு இதெல்லாம் கேக்கற...

மாது : இல்ல... சும்மாதான் கேட்டேன்...

ரங்க : அப்ப போர்ஷனை பார்க்கலாமா...

மாது : குழந்தை குட்டிங்க ஏதாவது உண்டா...

ரங்க : ஒரே ஒரு குழந்தை... ஏன்?...

மாது : இல்லை... சும்மாதான் கேட்டேன்... உங்களை பார்த்தா 50 வயசு இருக்கும்போல இருக்கே... ஒரே ஒரு குழந்தைங்கறீங்க... கடைசி காலத்துல பொறந்ததா...

ரங்க : No... 20 வயசாறது...

மாது : 20 வயசாறதா... அப்பறம் எப்படி குழந்தைங்கறீங்க...

ரங்க : எவ்வளவு வயசான்னா என்ன? நான் பெத்தது எனக் குக் குழந்தைதானே... போர்ஷனை பார்க்கலாமா...

மாது : ஓ... பார்க்கலாமே... உங்க 20 வயசு குழந்தை காலேஜ் படிக்கணுமே...

ரங்க : படிச்சு... முடிச்சாச்சு... B.Sc...

மாது : எந்த காலேஜ்...

ரங்க : S.I.E.T... ஏன்பா இதெல்லாம் கேக்கற...

மாது : S.I.E.T... அப்ப பொம்பளை குழந்தைன்னு சொல்லுங்க...

ரங்க : ஆமாம்... போர்ஷனை பார்க்கலாமா...

மாது : பாக்கலாம்... பாக்கலாம்... கல்யாணம் ஆயிடுத்தா?

ரங்க : ஆயிடுத்து... அப்பவே சொன்னேன் இல்ல... ஆயிடுத்து... wifeம் போய் சேர்ந்துட்டான்னு...

மாது : No...No... உங்களை கேக்கலை... உங்க 20 வயது... B.Sc...S.I.E.T. குழந்தைக்கு...

ரங்க : நான் வரன் பார்த்துண்டு இருக்கேன்...

பீமா : இந்த போர்ஷனுக்கு குடிவாங்க... ராசியான எடம்... ஆறு மாசத்துல நல்ல எடத்துல உங்க பொண்ணுக்கு கல்யாணம் ஆயிடும்...

மாது : சும்மா இரு தலைவரே... இவர் பீமாராவ்...அந்த போர்ஷன்ல குடியிருக்கார்...

ரங்க : Hello... Iam ரங்கபாஷ்யம்...

(கை கொடுக்கிறார்கள்)

மாது : கையெல்லாம் கொடுக்காதீங்க... சார் கை பட்டா... பரம்பரை... பரம்பரை பயில்வான்... கொஞ்சம் rough handling...

ரங்க : மாது, டயமாறது போர்ஷனை பார்க்கலாம்...

மாது : ஏன்... சார்... நீங்க மட்டும் பார்க்க வந்திருக்கீங்க... உங்களுக்கு புடிச்சுப்போய் உங்க daughterக்கு இடம் புடிக்கலைன்னா...

ரங்க : எனக்கு புடிச்சது எதுவுமே என்daughterக்கு புடிக்கும்... நான் பார்த்து o.kனுட்டா போதும்... அவளும் o.k சொன்னா மாதிரி...

மாது : என்னை உங்களுக்குப் புடிச்சிருக்கா...

ரங்க : ஏன்...

மாது : இல்லை... சும்மாதான் கேட்டேன்...

ரங்க : உனக்குக் கல்யாணமாயிடுத்தா...

மாது : இல்லை... ஏன் இதை கேட்டீங்க...

ரங்க : இல்லை சும்மாதான் கேட்டேன்... அப்ப போர்ஷனை பார்க்கலாமா... Time ஆச்சு வாசல்ல வேற என் daughter wait பண்றா...

மாது : You mean your குழந்தை... B.Sc... S.I.E.T. காலேஜ்... என்ன சார் (பதறியபடி) இத்தனை நேரம் சொல்ல வேயில்லை... உள்ளே வரச் சொல்லுங்க... சார்... வாசல்ல பாவம் ஏன் குழந்தை நிக்கணும்...

ரங்க : அட பரவாயில்லப்பா... நீ போர்ஷன காட்டு...

மாது : No... No... ஒரு நிமிஷம் இருங்க... உங்க குழந்தையை கூட்டிண்டு வரேன். பாவம் குழந்தை வாசல்ல நிக்கறது (Exit)

ரங்க : பீமாராவ்... யார்யா இந்த பையன் சுத்த அராத்தா இருக்கான்... இந்த வூட்டுக்கார கோனார் இவன்

கூட என்னை கோத்து வுட்டுட்டு போயிட்டான்... எம்பிராணன் போறது... போர்ஷனை கண்ணுலயே காட்ட மாட்டேங்கறானே...

பீமா : இதுவரை நாலு ஆச்சு... நீங்க அஞ்சாவது... எவ்வளவு நாள் பார்ப்போம் (Exit)
(மாலு Entry)

மாது : Please come in...ஏன் வெக்கப்படறீங்க... நம்பாம் மாதிரி...

மாலு : Thank you, it's alright...

ரங்க : மாது, போர்ஷனை இப்ப காட்டப் போறியா இல்லையா...

மாது : வரேன் சார்... B.Sc Physicsஆ, Chemistryஆ?

மாலு : Physics...

மாது : நான் L.E.E... Diploma in Electrical Engg...

மாலு : Is it... Heat Sound Electricityன்னு எவ்வளவோ subjects இருந்தாலும் என்னோட favourite subject Electricityதான்...

மாது : May I Know your good name please?

மாலு : My name is Malathy. செல்லமா Maluனு கூப்பிடறது வழக்கம்... உங்க Name?

மாது : உங்க செல்ல பேர்ல ‘லு’ வை எடுத்துட்டு ‘து’வை போட்டா (மாது) அதான் என் செல்லப் பேர்...

மாலு : மாது... Am I correct...

மாது : சார்... உங்க daughter ரொம்ப intelligent... டக்குனு சொல்லிட்டாங்க... ஒண்ணு கவனிச் சேளா... உங்க daughter name மாலு... என் பேர் மாது... ரெண்டும் ‘மா’ல ஆரம்பிக்கறது... உங்க daughterக்கு favourite subject Electricity; நான் படிச்சது electricity... உங்க பேர் ரங்கபாஷ்யம்... எங்கப்பா பேர் ராமானுஜம்-ரெண்டும் ‘ர’ல ஆரம்பிக்கறது... எங்கம்மா பேர் மைதிலி...

மாலு : எங்கம்மா பேர் மைத்ரேயி... ரெண்டும் ‘மை’ல ஆரம்பிக்கறது...

மாது : இது போதும்... போதும்... ஐயோ உடம்பெல்லாம் மயிர்க்கூச்செறியறது... நம்ப ரெண்டு பேர் familyக்கும் என்ன பொருத்தம் பாத்தேளா?... எல்லாம் தெய்வச் செயல்... நம்ப கையில என்ன இருக்கு...

ரங்க : உங்க கைல போர்ஷன் சாவி (key) இருக்கு... கொடுத்தா பாக்கலாம்...

மாது : சாவியா... போர்ஷனுக்கெல்லாம் கதவே கிடையாது... இங்கெல்லாம் தட்டுங்கள் திறக்கப்படும்... இல்லை வாருங்கள்... வரவேற்கப்படும்... அதோ Tolet board தொங்கறதே... அதான் போர்ஷன்...

ரங்க : அங்க ஒரு board தொங்கறதே... அந்த போர்ஷன் கொஞ்சம் பெரிசா இருக்கும் போல இருக்கு...

மாது : கொஞ்சம் பெரிசுதான்... But அங்க குளிக்க முடியாது...

ரங்க : ஏன்...?

மாது : அது Bathroom... தொங்கறது To let board இல்லை... Toilet board... நடுல 'i' கொஞ்சம் சின்னதா இருக்கறதால கண்ணுக்குத் தெரியலை...

மாலு : நீங்க ரொம்ப சிரிக்க... சிரிக்கப் பேசறீங்க.... மாது...

மாது : நீங்க குடி வாங்களேன்... அப்பறம் பாருங்க... சிரிப்பா சிரிக்க வச்சுடறேன்...

ரங்க : மாலு... நீ வேணா போய் போர்ஷனை பார்த்துட்டு வா... உனக்குப் பிடிச்சிருக்கான்னு...

மாது : அதுவும் வாஸ்தவம்தான்... நீங்க அப்படி உட்காந்து rest எடுத்துக்குங்க... வாங்க மாலு, போர்ஷனை பாக்கலாம்...

ரங்க : மாது நீ வாப்பா... இப்படி உக்காரு... மாலு போய் பார்த்துட்டு வரட்டும்...
(மாலு போகிறாள்)

மாது : சரி... என்ன...

ரங்க : நீ எங்க work பண்ற...

மாது : நான் எதுக்கும் apply பண்ணலை சார்... மேற்கொண்டு further ஆ படிக்கலாம்னு இருக்கேன்... (மைதிலி Entry)

மைதிலி : மாது சாப்பிட வாயேன்டா...

மாது : இதான் எங்கம்மா மைதிலி... இவர் பேர் ரங்க பாஷ்யம்... எதிர் போர்ஷன்ல குடி வரார்...

மைதிலி : அப்படியா... நீங்க எங்க வேலை பாக்கறேள்...

ரங்க : நான் English Electricalsல work பண்ணறேன்...

மைதிலி : எம் பையனுக்கு ஒரு வேலை போட்டுத் தாங்களேன்... ரெண்டு வருஷமா தண்டச்சோறு தின்னுண்டு ஆத்துல உட்காந்துண்டு இருக்கான்...

மாது : வளவளன்னு பேசாதேம்மா... உள்ள போய் ரெண்டு காபி கொண்டு வா...

மைதிலி : எதுக்கு ரெண்டு cup காபி... அதான் கார்த்தாலேயே நீ கொட்டிண்டாச்சே...

மாது : வந்தவாளுக்கு எதிரே பிராணனை வாங்காதே... இவர் daughterஐயும் அழைச்சுண்டு வந்திருக்கார்... Maluனு பேரு... போர்ஷன் பார்க்க உள்ளே போயிருக்கா... (மாலு Entry) அதோ... அவதான் மாலு...

மாலு : அப்பா... O.k. fix பண்ணிடு...

மாது : அப்பா... எங்க O.k. சொல்லாம இருந்துடுவீங்களோன்னு பயந்துண்டே இருந்தேன்... L.E.E. பரீட்சை Resultக்குகூட இவ்வளவு பயந்தது இல்லை... இதான் எங்கம்மா... மைதிலினு பேரு... காபி கொண்டாம்மா... மாலு, உனக்கு காபி பிடிக்குமா... இல்லை போன்விட்டா பிடிக்குமா... எது வேணும்...

மாலு : எனக்கு காபி... போன்விட்டா ரெண்டும் பிடிக்கும்...

மாது : ஒரே சமயத்துல ரெண்டும் சாப்பிட்டா ஒருமாதிரி இருக்குமே...

மாலு : No...No...எதுவாயிருந்தாலும் பரவாயில்லைங்கறதுக்கு சொல்ல வந்தேன்...

மாது : சரிம்மா, ரெண்டு கப் காபி கொண்டா...
(மைதிலி Exit)

ரங்க : ஏம்பா மாது, இந்த வாடகை விஷயமெல்லாம்... எவ்வளவு...

மாது : விட்டுத்தள்ளுங்க சார்... பொல்லாத வாடகை... போர்ஷன் உங்க டாட்டருக்கு பிடிச்சுப் போச்சு... நாளைக்கே குடி வாங்களேன்....

ரங்க : அது என்ன அப்படி சொல்லிட்ட... வாடகை எனக்கு கட்டுப்படியாக வேண்டாமா...

மாது : ஒரு மாச வாடகை 50 ரூபா... வருஷத்துக்கு எவ்வளவு 600 ரூபா...

ரங்க : 600 ரூபாயா...

மாது : கோனாருக்கு நாங்க 600 ரூபாய் பாக்கி... போறுமா... அப்புறம் என்ன... வாடகை கவலையை விடுங்க... மாசாமாசம் மொதல் தேதி கோனார் வந்து வாடகை கேப்பான்... அனாவசியமா கொடுத்துக் கிடுத்து வச்சு அவனுக்குக் கெட்ட பழக்கத்தை உண்டு பண்ணிடாதீங்க... கேக்கறது அவன் கடமை... கொடுக்காதது நம் உரிமை... கோனாரை பொறுத்த வரை Main profession பால் வியாபாரம்... பால் மட்டும் அவன்கிட்ட வாங்கிக்கிங்க... அதுல பாக்கி வக்காதீங்க... வீடு இலவசம்... இந்த இது இல்லையா Surf வாங்கினா கூடவே பக்கெட் இலவசமா தரானே... அது மாதிரிதான்...

மைதிலி : இந்தாத்துல எனக்கு பேச்சுத் துணைக்கு பொம் பளையே இல்லையேன்னு பாத்தேன்... இப்ப மாலு வந்தாச்சு... நீங்க எப்ப குடி வரேள்...

ரங்க : வர புதன்கிழமை... Thursday...

மைதிலி : ஒரு நிமிஷம்... உள்ள பாத்திரம் வச்சுருக்கேன் அடுப்புல... இறக்கி வச்சுட்டு வந்துடறேன்...

(Exit)

ரங்க : மாது... பாவம் எதுக்கப்பா போன்விட்டா கலந்து தரச் சொல்லி உங்கம்மாவை சிரமப்படுத்தற... காபி தந்தா போறாதா...

மாலு : மாது... உங்கம்மா கிட்ட சொல்லு... இவ்வளவு first class போன்விட்டா நான் சாப்பிட்டதே யில்லை... நல்ல திக்கா இருக்கு...

(மைதிலி Entry)

மைதிலி : என்ன மாலு... காபி நன்னா கலந்திருக்கேனா... (டம்ளரை எடுத்து உள்ளே போகிறான்)

ரங்க : What... இப்ப நாங்க சாப்பிட்டது காபியா?...

(கோனார் Entry)

மாது : அது காபியும் போன்விட்டாயும் கலந்த ஒரு 'காப்பிட்டா'!

கோனார் : மன்னிக்கணுங்க... மாட்டுக்கு ஊசி போட வெட்னரி ஆஸ்பிடலுக்கு அழைச்சிட்டு போயிட்டு வந்தேன்... வீடு புடிச்சிருக்கா...

ரங்க : ரொம்ப புடிச்சிருக்கு... மாது விவரமா எல்லாம் சொல்லியாச்சு...

கோனார் : உங்க பொண்ணா... மாது பய ஓயாம பேசியிருப் பானே... மாது, அந்த பல்ப் விஷயம் சொன்னியா...

மாது : பாத்தியா மறந்தே போயிட்டேன்... சார் இது Common Hall... இங்க குடியிருக்கறவங்க எல்லாருக்கும் இந்த எடம் சொந்தம்... இங்க மேல ஒரு 100 watts bulb இருக்கு... ஒவ்வொரு தடவையும் பல்ப் Fuse ஆறச்சே ஒவ்வொருத்தர் போடணும்... அது orderல வரும்... கடைசியா இந்த பல்ப் போட்டது உங்களுக்கு முன்னாடி குடியிருந்த ஜகந்நாதன்... இது fuse ஆனா அடுத்த முறை எங்களது... அதுக்கப்பறம் பீமாராவ்... அப்பறம் வேணு... So orderல நீங்க ஐந்தாவதா வரீங்க...

கோனார் : அப்பறம் நீங்க Big Street போணும்னா வாச வழியா போய் சுத்திக்கினு போக வேணாம்... நேரா போய் கொல்ல பக்க கதவை தொறந்தா Big Street... Street cut... வாங்களேன் வீட்டை சுத்திப் பாக்கலாம்...

ரங்க : வா மாலு...

மாலு : நீ போப்பா, எனக்கு கால் வலிக்கறது...

ரங்க : மாது வரியா...

மாது : நான் ஏற்கெனவே பாத்ததுதானே...

கோனார் : வாங்க சார் போகலாம் (ரங்கபாஷ்யத்தை இழுத்துக் கொண்டு போகிறான்)

மாலு : மாது Radio வையேன்... பாட்டு கேக்கலாம்...

மாது : சொல்ல மறந்துட்டேனே... இந்த வீட்டுலேயே the most interesting item இந்த Radioதான்...

மாலு : என்ன சொல்ற...

மாது : இது Madras A,B,C, சிலோன் ஸ்டேஷன்லாம் மிச்ச Radio மாதிரி எடுக்காது... இது எடுக்கற Stations சென்ட்ரல், எக்மோர்...

மாலு : புளுகறே...

மாது : பாரேன்... நீ வேணா... (மாது Radio வைக்கிறான்) சமயத்துல அரக்கோணம் கூட எடுக்கும்...

Radio : சார் ப்ளீஸ் அடிக்காதீங்க...

அப்ப உண்மை சொல்லு...

சத்யமா நான் திருடலை சார்...

501...

Yes Sir...

இந்த ஆளை ஜெயில்ல போட்டு உண்மை சொல்ற வரை பிரம்பால அடி...

Yes Sir...

(ரேடியோவை அணைக்கிறான் மாது)

மாலு : மாது இப்ப கேட்டது என்ன Drama...

மாது : நீ வேற... இது... drama இல்ல... நிஜம்...ஜாம்பஜார் போலீஸ் ஸ்டேஷன்... இன்னிக்கு என்னமோ தெரியலை சென்ட்ரல் ஸ்டேஷன் வரலை...

மாலு : எனக்கு இந்த இடம் ரொம்ப புடிச்சுப் போச்சு...

மாது : எடம் மட்டும்தான் புடிச்சிருக்கா...

மாலு : ஏன்...

மாது : இந்த இடம் பிடிக்கறமாதிரி உனக்கு explain பண்ணினேனே, என்னை புடிக்கலையா...

மாலு : மாது, நான் ரேடியோ வச்சு பாக்கறேனே... நீங்க வச்ச Central, Egmore Station & Police Stationலாம் வரது... என் கை அதிர்ஷ்டம் Madras A வரதா பாப்போம்...

மாது : பேச்சை மாத்தற... நான் கேட்ட கேள்விக்கு பதில் வரலை...

மாலு : நான் இப்ப ரேடியோ வக்கறன்... ஒரு சின்ன சஸ்பென்ஸ்... Radioல எது வரதோ அதான் உன்னோட கேள்விக்கு என்னோட பதில்...

(ரேடியோ வைக்கிறாள்)

(ரேடியோவில் : காதல் வந்திருச்சு... ஆசையில் ஓடி வந்தேன்... ஆஹ...ஆஹா...)

(திரை)

காட்சி 5

(மாலு போர்ஷன் முன் மாது ஓடி வந்து)

மாது : மாலு... மாலு...மாலு...

மாலு : (வந்து) என்ன மாது...

மாது : மணி பார் 5.30 ஆறது... 6.30 மணிக்கு சினிமா ஆரம்பிச்சுடுவான்... நீ இப்படி தலைவாரிக்காம இருக்கியே...

மாலு : என்ன உளர்றீங்க... நான் தலைவாரிண்டாச்சு... நான் ரெடி...

மாது : தலைவாரிண்டாச்சா... பார்க்க அவ்வளவு ஜோரா இல்லை... உனக்கு தலை கலைஞ்சு இருந்தாதான் நன்றாக இருக்கு... சட்னு போய் கலைச்சு உட்டுண்டு வா... டயமாச்சு... அப்பறம் உங்கப்பா எங்க...

மாலு : அவர்officeலேந்து நேரா தியேட்டருக்கு வந்துடுவார்...

மாது : சரி போய் கிளம்பு...

(மாது திரும்பும் போது பீமாராவ் வருகிறார்)

மாது : என்ன பீமாராவ்... கிளம்பலை சினிமாக்கு... சினிமாக்கு இப்படிலாம் வரக் கூடாது... கோதாவுல இறங்கற மாதிரி...

பீமா : என்ன சினிமாவா...

மாது : எங்கப்பா ஒண்ணும் சொல்லலியா உன்கிட்ட தலைவரே...

பீமா : இல்லை...

மாது : அவனவன் Love பண்ணா தன்னோட Loverஐ சினிமாக்கு அழைச்சுட்டுப் போறது வழக்கம்... என் தலையெழுத்து... மாலுவோட அப்பா மாலுவை வாசப்படி தாண்ட வுடமாட்டேங்கறார்... ஒரு idea பண்ணேன்... நம்ப Common 100 watts bulb system மாதிரி மாசம் இங்க இருக்கறவங்க get together ஏதாவது சினிமாவுக்கு... ஒவ்வொரு தடவையும் எல்லாரும் ஒரு போர்ஷன்ல இருக்கறவாளை அழைச்சுண்டு போகணும்.. இந்த வாட்டி எங்க முறை...

பீமா : என்ன சினிமா...

மாது : அலாவுதீனும் அற்புத விளக்கும்...

பீமா : படம் எப்படி...

மாது : கதை அவ்வளவா நல்லாயில்லாட்டியும் Story 'பவர்புல்லா' இருக்குதாம்... நல்ல Heavy subject... உனக்கும் புடிக்கும்... சட்னு கிளம்பு...

பீமா : இதோ ஒரு Second...

மாது : தலைவரே... மறந்துட்டேனே... ஒரு சின்ன help...

பீமா : என்ன...

மாது : 9 ticket வாங்கியிருக்கேன்... நானு, எங்கப்பா, அம்மா... வேணு... நீ... கோனார்...

பீமா : 8 தானே ஆச்சு... எதுக்கு 9 ticket...

மாது : எல்லாம் உனக்காகத்தான்... நீ உக்காண்டா Chair உடைஞ்சு வச்சா மாத்திக்கணும் பாரு... அப்பறம் நான் சொல்றதை கவனமா கேட்டுக்க - இந்த Plan னோட main aimமே நானும் மாலுவும் பக்கத்து பக்கத்து Seatல உட்காந்து படம் பாக்கணும்...

பீமா : அதெப்படி? மாலு அப்பா allow பண்ண மாட்டாரே...

மாது : அதான் கேட்டுக்கோ... A3 to A11 வரை நம்ப Seat... எப்படியும் உக்காரச்சே எங்கம்மா பக்கத்துல மாலதி... மாலு பக்கத்துல ரங்கபாஷ்யம்... எங்கம்மாக்கு இடது கை பக்கம் எங்கப்பா, நான், நீ... கோனார்... வேணு.... மீதி இடத்துல -

பீமா : சரி... இப்ப அதுக்கென்ன...

மாது : Advt. ஆரம்பிச்சவுடனே நீ எழுந்து வெளில போகணும்... அப்ப உன்கூட வேணு வருவான்... நீ திரும்பி வந்து வேணு எடத்துல உக்காரணும்... அப்ப கோனார் எழுந்து போவான்... கோனார் எடத்துல வேணு உக்காருவான்... கோனார் போறச்சே மாலு அப்பாவை Coffee சாப்பிட வாங்கோன்னு கூட்டிண்டு போவான்....

பீமா : சரி... அப்புறம்...

மாது : நான் கோனார் சீட்டுக்கு தாவுவேன்... உடனே கோனார் Newsreel போது எங்கப்பாவை பாப்கார்ன் சாப்பிட கூப்பிடுவான்... கோனார் எழுந்து போறச்சே நான் மறுபடி கோனார் சீட்டுக்கு தாவுவேன்... மாலு பக்கத்துல வருவேன்... பாதி சினிமால இது மாதிரி குழப்பினா பின்னாடி இருக்கறவங்க சூ...சூ... கொட்ட ஆரம்பிச்சுடுவாங்க... So ரங்கபாஷ்யம் further change பண்ண முடியாம உக்கார வேண்டிய நெலைக்கு வந்துடுவார்... எப்படி...

பீமா : தலை சுத்தறது... நீ எப்படியான மாலு பக்கத்துல உக்காண்டுடுவே... பாத்து கோனார் குழப்பத்துல உங்கம்மா பக்கத்துல உக்காண்டு வச்சு... உங்கம்மா... உங்கப்பா பக்கத்துல தான் உக்காந்திருக்கேன்னு அசட்டு பிசட்டுன்னு பேசிண்டிருக்கப்போறா...

மாது : நான் கோனார், வேணு கிட்ட தெளிவா Explain பண்ணியாச்சு... நீயும் planஐ மறந்துடாதே... போய் கிளம்பு...

(ராமானுஜம் - மைதிலி Entry)

மைதிலி : மணி 6.00 ஆறது... மாது Lightஐ போடுடா...Hall Light எரிஞ்சுண்டு இருக்கட்டும்... அப்பதான் நாம சினிமா முடிஞ்சு வந்தா தட்டு தடுமாறாம நம்ப போர்ஷனுக்கு போகலாம்...

(மாது Switchஐ போடறான்)

மாது : அப்பா Bulb எரியலை... Fuse ஆகிவிட்டது...

ராம : அட கஷ்டமே... நம்ப turn இல்லியா... சரி... சரி... மாது நீ போய் ஒரு 100 watts bulb வாங்கிட்டு வா...

மாது : நாளைக்குப் பாத்துக்கலாம்பா... Time ஆச்சு சினிமாக்கு... சரி, சில்லரையை குடு...

ராம : Accountல வாங்கிண்டு வா...

மாது : நமக்கு ஏது Account...

ராம : பீமாராவ் Accountலதான்... போ...

மைதிலி : ஏன்னா இன்னிக்கு என்ன தேதி...

ராம : October 16th... ஏன்...

மை : கோழியூர் கோவிந்தசாமியின் ஜோஸ்யம் பிரகாரம் இன்னியோட மாதுவை புடிச்ச சனி விடறது... இனி மாது பெரிய ஆளா ஆகப்போறான்... கண்ணுக்குப் புலப்படாத ஒரு அமானுஷ்ய சக்தி மாதுவை ரொம்ப பெரிய ஆளா ஆக்கப்போறது...

ராம : வாயை பொத்துடி... உம்புள்ளைக்கு நல்ல காலம் பொறக்கறதுக்குள்ள நம்பகாலம் முடிஞ்சுடப் போறது... (மாது Entry with Bulb)

ராம : L.E.E. படிச்சிருக்கியே... Bulbஐ போடு...

மாது : கடைக்காரன் பாதி கதவை சாத்திட்டான்... திட்டிண்டே எடுத்துக் கொடுத்தான்... இப்ப ரொம்ப அவசியம்...

ராம : மாட்டுடா பல்பை... (Stoolஐ போடறார்; மாது பல்பை மாட்டுகிறான்; பிறகு இறங்குகிறான்)

ராம : Switchஐ போடுடா... (பல்ப் எரியவில்லை)

மாது : என்னது பல்ப் எரியலை...

ராம : மூதேவி... பாத்து வாங்கிண்டு வரப்படாது... ஒரு காரியம் பண்ணத் துப்பில்லை...

மாது : (Stoolஐ போட்டு) பல்ப் fuse ஆயிருக்கு... filament விட்டு போயிருச்சு...

ராம : உம் பிள்ளையை புடிச்ச சனி விடப் போறதா... உம்பையன்தான்டி சனி... நம்மை புடிச்சிருக்கான்... (தலையில் இடித்து)இந்த அழகுக்கு L.E.E. வேற... ஒரு பல்ப் பாத்து செக் பண்ணி வாங்க துப்பில்லை... அஞ்சு ரூபாய் குளோஸ்... நாளைக்கு கடையில கொடுத்தா வாங்கிப்பானா... நான் குடுக்கறச்சே

Correctடாதான் இருந்ததும்பான்... இந்த அழகுல உனக்கு சினிமா ஒண்ணுதான் கேடு... (Ticketஐ எடுத்து)

மாது : அப்பா என்னப் பண்ணப்போற...

ராம : மாது கேட்டுக்கோ... நீ சினிமாக்கு கிடையாது. அஞ்சு ரூபாய் தண்டம் அழுததுக்கு உனக்கு தண்டனை... அப்பதான் நீ உருப்படுவே... உன் ticketஐ ப்ளாக்ல வித்து அந்த பல்ப் வாங்கின பணத்தை ஈடு கட்டணும்...

மாது : அப்பா...

ராம : பேசாத... ஆத்துலேயே இருந்து பாத்துக்கோ...

மைதிலி : சீ... பாவம்... இதுக்காக...

ராம : பேசாதடி... அவனை இப்படி கண்டிச்சாதான் நாளைக்கு ஒழுங்கா எதையும் செய்யணும்கற புத்தி வரும்... வா... நாம போகலாம்... வா பீமாராவ்... வேணு... மாலு வாம்மா... வா... (எல்லோரும் Exit)

மாது : அப்பா... டேய் அப்பா... டேய் அப்பா... சேத்தரி... என்னதுரதிர்ஷ்டம் பிடிச்சராசிடா எனக்கு... மாலுவும் போச்சு... எல்லாம் இத்தால... சனியன் பிடிச்ச பல்பே... ஏன் இப்படி fuse ஆயி என் பிராணனை வாங்கற... உன்னை (உடைக்க வருகிறான்... பல்ப் எரிகிறது...)

மாது : ஐய்யோ... என்னது பல்ப் எரியறது... கனக்ஷன் வேற இல்லை... Current இல்லாம வெறும் கைல எரியறது...

குரல் : உசூர்... நான் உங்கள் அடிமை... அலாவுதீன் பேசுகிறேன்...

மாது : யாரது பேசறது...

குரல் : நான்தான் உங்கள் அடிமை அலாவுதீன் பேசுகிறேன்... அந்த பல்பை பழையபடி plugல மாட்டி Switchஐ போட்டு என்னை வெளியே கொண்டு வாருங்கள்...

மாது : Hello யார் பேசறது... எங்கேருந்து பேசறேள்...

குரல் : உங்கள் கையில் உள்ள பல்ப்பிலிருந்து பேசுகிறேன்... உசூர்... நான் சொல்வதை செய்யுங்கள்...

பழையபடி பல்பை ப்ளக்கில் (plug) மாட்டி Switchஐ போடுங்கள்... என்னை வெளியே கொண்டு வாருங்கள்...

மாது : *என்ன எழவுடா இது... கைல பல்ப் தானா எரியறது... இப்ப பேசறது... கேட்டா அலாவுதீன்கறது...*

குரல் : *உசூர்... தாமதிக்காதீங்க... அதிர்ஷ்டத்திற்கு பொறுமை கிடையாது... இந்த அடிமை அலாவுதீனின் வேண்டுகோளை நிறைவேற்ற தயங்காதீர்கள்... Bulbஐ plugல் மாட்டி...*

மாது : *போதும்... போதும்... சொன்னதையே சொல்லாத... என்னதான் ஆறது பாப்போமே...*

(Stoolஐ போட்டு பல்பை மாட்டி Switchஐ போடுகிறான்)

Special effects...

குரல் : *அண்டாகா கசம்... அபுகா குசும்... அலாவுதீன் சீசே...*

(அலாவுதீன் தோன்றுகிறான்)

(திரை)

காட்சி 6

(மாது உட்காந்து கொண்டிருக்கிறான்)

மாது : *அட பரவாயில்லை அலாவுதீன், உக்காருங்கோ!*

அலா : *இல்லை... வேண்டாம்... நான் உங்கள் அடிமை பிரபு...*

மாது : *யோவ்... எம் பேர் பிரபு இல்லை... மாது... அடிமை கிடிமையென்று போரடிக்காதே... பரவால்ல உக்காந்துக்கோ...*

அலா : *உசூருக்கு சமமாக உட்காருவது தப்பில்லையோ...*

மாது : *முதலில் அந்த உசூர், கசூர், திருப்போரூர்ங்கறதை வுடு... மாதுன்னே கூப்பிடு... சத்தியமா சொல்லு... நீ அலாவுதீன் தானே... சும்மா வேஷம் போட்டுண்டு*

வந்து ஏமாத்தப் பாக்கறியா... எனக்கு ஏன் டவுட்டுன்னா... அலாவுதீன் பாக்க கமலஹாசன் மாதிரி இருப்பாரே... நீ வேற மாதிரி இருக்கயே...

அலா : சினிமா உங்களை கெடுத்து விட்டது... கிருஷ்ண பரமாத்மா குண்டூர்ல தோன்றினா நான்தான் கிருஷ்ணர்னா... புளுகற... உனக்கு N.T. RamaRao ஜாடை இல்லம்பாங்க...

மாது : அதெல்லாம் சரி... சாதாரணமா நான் கேள்விப்பட்டவரை அற்புத விளக்கை அலாவுதீன் தேச்சா பூதம் வரும்... என்ன வேணுங்கும்... பச்சரிசி ஒரு மூட்டை... அஸ்கா ஒரு 20 Kilo... கிடைக்கவே யில்லை... கிரோஸின் ஒரு Tin தாம்பேன்.... இங்க எல்லாம் தலைகீழா இருக்கு...

அலா : நீங்க நினைக்கற மாதிரி இப்ப என்கிட்ட அந்த அற்புத விளக்கு இல்ல...

மாது : ஏன்...

அலா : நானும் உங்களை மாதிரி அந்த காலத்துல வாழ்ந்த சாதாரண மனுஷன்... உசூர்... அற்புத விளக்கு எனக்கு கிடைச்சது... பூதம் வந்தது... கேட்டதெல்லாம் தந்தது... ஓ... அந்த காலம்... எனக்காக அந்த பூதம் அரேபியா பாலைவனத்துல விரல் சொடுக்கற நேரத்துல ஒரு Brindavan gardenஐ உண்டாக்கி... அங்கு போடப்பட்ட பட்டு மெத்தைல திராட்சை ரசம் சாப்பிட்டுண்டிருப்பேன்... பாரசீக ப்யூட்டி குயின்ஸ் ஐந்து பேர்... ஒருத்தி பாதம் வருடுவா... ஒருத்தி தோளை புடிச்சு வுடுவா... ஒருத்தி இதமா தலையை கோதிவுடுவா... ஒருத்தி பட்டு விசிறியால விசுறுவா...

மாது : ஐய்யோ... நினைத்தாலே இனிக்குதே... ஆமாம் அஞ்சு பேர்ல நாலு பேருக்கு ஒவ்வொரு duty கொடுத் துட்டே... அஞ்சாவது பாரசீகப் பெண் என்ன பண்ணுவா...

அலா : சீ...

மாது : படவா... விஷமமா... அனுபவிச்சுருக்கடா... எனக்கு மட்டும் அந்த விளக்கு கிடச்சா அஞ்சு பேரை என்னை சுத்தி வச்சுப்பேன்... தமிழுக்கு Sridevi...

கேரள ஜயபாரதி... தெலுங்கு ஜெயப்ரதா... கன்னட மஞ்சுளா... Hindi நீதுசிங்... ஐய்யோ இப்ப அந்த விளக்கு எங்க அலாவுதீன்...

அலா : நான் வாழ்ந்த அறைல என்னோட கடைசி காலத்துல அற்புத விளக்கை வச்சதா ஞாபகம் இருக்கு... இப்ப அது எவனுக்கான கிடைச்சு தேச்சா கூட பூதம் வராது... துருதான் வரும்... அத்தோட சக்தி என்னோட ஆயுள் வரைக்கும்தான்னு பூதம் வந்த அன்றைக்கே சொல்லித்து...

மாது : பூதம் இல்லாட்டி என்ன... அதான் அதோட Representative நீ இருக்கியே... எனக்கு அது போதும்...

அலா : இல்லை உசூர்... நீங்க நெனைக்கற மாதிரி கேட்ட தெல்லாம் வரவழைச்சு தரக்கூடிய அந்த பூதத்தோட சக்தி எனக்குக் கிடையாது...

மாது : பின்ன...

அலா : நான் இருக்கறது உங்க கண்ணுக்கு மட்டும்தான் தெரியும்...மத்தவாளால என்னை பாக்க முடியாது... I will be invisible to others but visible to you... என்னோட குரல் உங்க காதுக்குத்தான் கேட்கும்... மிச்ச வாளுக்குக் கேட்காது... My voice will be inaudible to others but it will be audible to you...

மாது : பரவாயில்லடா அலாவுதீன்... தாய்மொழி உருதானாலும் Englishல பொளந்து கட்டற... இது போறாதுன்னு மிச்சவாக்கு கேக்கும் கேக்காது நோக்கு நேக்குனு பாப்பார பாஷை வேறு பேசற... ஆமாம் நீ பாரசீக முஸ்லீமா... தஞ்சாவூர் வெத்தலை சீவல் புகையிலை கடை வச்சுருந்தவரு போல எல்லா பாஷையும் பேசற...

அலா : உசூர், உயிரோட இருக்கறச்சேதான் எல்லா பிரச்சனையும் including மொழிப் பிரச்சனை... ஆவிக்கு Language problem கிடையாது...

மாது : அப்ப நீ ஆவியா...

அலா : Naturally... நான் செத்துப்போய் பல யுகம் ஆச்சு...

மாது : ஆவி கண்ணுக்குத் தெரியாதும்பா...

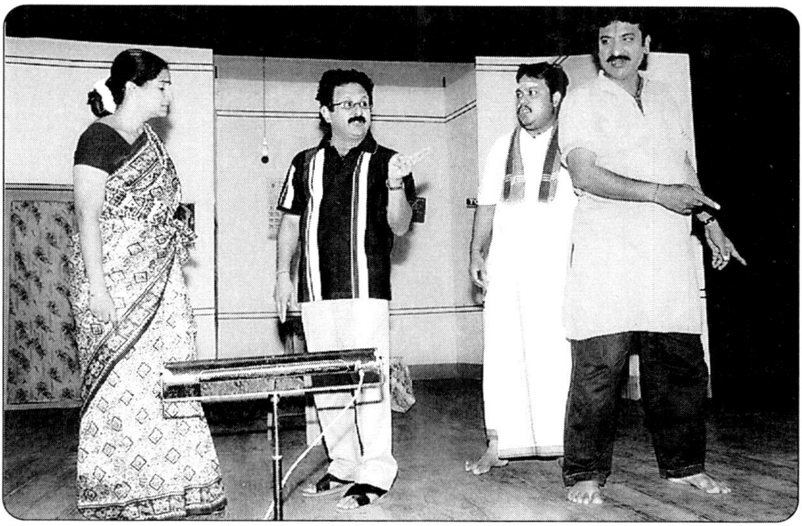

அலா : உசூர், நானும் ஒரு சாதாரண மனுஷன்தானே... எனக்கும் அந்திமகாலம் வந்தது... கடைசியா Death Bedல இருக்கறச்சே விளக்கு பூதம் வந்து கேட்டது... அலாவுதீன் நீ இப்ப சாகப்போற... கடைசியா ஒரு வரம் கேட்டுக்கோன்னு... நான் கேட்ட வரம்... பூதம் நீ எனக்கு எவ்வளவோ help பண்ணியிருக்கே... ஏன் என் சந்தோஷத்த பாத்து அனுபவிக்கற சந் தோஷம் உனக்கு... correctஆனேன்... பூதம் ஆமான்னுது... அதேபோல நான் ஒருத்தனுக்கு உங்க ஸ்தானத்துல இருந்து help பண்ணி அவன் அடையற சந்தோஷத்தை பார்க்கணும்னேன்... நேரம் வரும் போது நீ கேட்டது நிறைவேறும்னு சொல்லி பூதம் மறைஞ்சுது... என் உசிரும் பிரிஞ்சுது... 'யாம் பெற்ற இன்பம் பெறுக இவ்வையகம்'ன்னு கம்பர் சொல்லலையா... அதான் இங்க வந்தேன்...

மாது : சொன்னது கம்பர் இல்லை... வேற யாரோ... Justice இஸ்மாயில் கேட்டா வருத்தப்படுவார்.. இருந்தாலும் உன் தமிழ்ப்பற்று எனக்கு பிடிச்சிருக்கு... சரி விஷயத்துக்கு வருவோம்... என் கண்ணுக்கு மட்டும் தெரிவே... மிச்சவாளுக்கு தெரிய மாட்டே... நீ பேசறது என் காதுக்கு மட்டும்தான் கேக்கும்... இந்த உன்னோட சக்தியை வச்சுண்டு எனக்கு ஒரு பிரயோஜனமும் இல்லை... ஒரு Invisible friend... அவ்வளவுதான்...

அலா : என்ன அப்படி சொல்லிட்டீங்க... உசூர்... நீ L.E.E. பரிட்சைல எம்பி... எம்பி முன் பக்கத்து பையன் எழுதினதை பாத்து காப்பி அடிக்க எவ்வளவு சிரமப்பட்டீங்க... அப்ப நான் இருந்தா Electrical Engg. சம்பந்தப்பட்ட அத்தனை புஸ்தகங்களையும் உம்ம பக்கத்துல உக்காந்து எல்லா கேள்விக்கும் பதில் டிக்டேட் பண்ணியிருந்தா யோசிச்சுப் பாருங்க... University firstஆ வந்திருப்பீங்க-...

மாது : ஆமாம்... பாவி ஒரு நாலு மாசம் முன்னாடி வந்திருக்க மாட்டே...

அலா : அப்பறம் எனக்கு இன்னொரு சக்தி உண்டு... நான் உங்களைத் தவிர யாருக்கான கண்ல படணும்னா அலாவுதீனா தெரியமாட்டேன்... வேற ஏதான

உருவம் எடுத்துண்டு தோன்றுவேன்... for example... உங்கம்மா கிட்ட உங்கப்பா உருவத்துல ஒயிலா நடந்து போய் கொஞ்சிட்டு வருவேன்...

மாது : ஏய் ஏய்... அதெல்லாம் பண்ணி வக்காத... எங்கப்பனுக்கு இப்ப 49 வயது... நாய்க்குணம்... ஏதாவது எசக்கேடா... பண்ணி வச்சார்னா... உன்பாடு திண்டாட்டமா போயிடும்... ஆமாம் இதெல்லாம் நீ நெஜமாத்தான் சொல்றியா...

அலா : ஒரு Secondல prove பண்றேன்... உங்க வீட்டுல இருக்கறவங்க எங்க...

மாது : எல்லாம் உன் படத்துக்குத்தான் போயிருக்காங்க...

அலா : One Second... *(ஒரு ரூமுக்குள் சென்று)* அண்டாகா கசம்... அபுகா குசும்... ராமானுஜம் சீசே... *(ராமானுஜம் வெளியே வந்து)*

ராம : *(அலாவுதீன் குரலில்)* உசூர், உங்கள் அடிமை ராமானுஜம்... அலாவுதீன்

மாது : அடப்பாவி... வெளுத்து கட்டறியா... But குரல் எங்கப்பா குரல் வரலையே...

ராம : *(ராமானுஜம் குரலில்)* ஏன்டா மூதேவி மாது, ஏதாவது Electrical Engg books வச்சுண்டு சும்மா இருக்கற நேரத்துல படிக்கறது... இப்படி பிரம்ம ஹத்தியாட்டம் உக்காந்திருக்கியே...

மாது : பிச்சுட்டடா கண்ணா...

ராம : *(அலாவுதீன் குரலில்)* இது தவிர ஒரே சமயத்துல பல உருவமும் எடுக்க முடியும்...

மாது : என்ன சொல்ற...

ராம : இரு... *(உள்ளே போய்)*
அண்டாகா கசம்... அபுகா குசும்... மைதிலி சீசே... கோனார்... பீமாராவ்... வேணு சீசே...

மாது : மொதல்ல போயிட்டு உன்னோட உருவத்துல வா...

அலா : எப்படி உசூர் நம்ப விளையாட்டு...

மாது : விட்டலாசாரியா படம் பாக்கற மாதிரி இருக்கு...

அலா : இப்பவே சொல்லிட்டேன். உன்னோட ஞாயமான

விகல்பமில்லாத ஆசைகளைத்தான் நான் நிறை வேத்துவேன்... Do not try to misuse me... O.K. சரி உனக்கு இப்ப இருக்கற நிறைவேறாத ஆசைகள் என்ன... வரிசையா சொல்லுங்க... வழி சொல் றேன்... முடிச்சு வக்க-...

மாது : No.1 ஒரு நல்ல கம்பெனில interview pass பண்ணி வேலைக்குப் போகணும்... No.2... மாலுவை கல்யாணம் பண்ணிக்கணும்... No....3... No....4.... No...5...

(Lights and Sound fading out slowly....)

(திரை)

காட்சி 7

(அலாவுதீன் - மாது பெஞ்சில் அமர்ந்து கையில் தட்டோடு சாப்பிட்டு முடித்து)

மாது : அலாவுதீன்... எங்காத்துல அம்மா சமைச்ச சாப்பாடு எப்படி...

அலா : Aகிளாஸ்!

மாது : ஆ... சும்மா புளுகாதே... நாங்கல்லாம் சுத்த சைவம்... எங்க சாப்பாடெல்லாம் உனக்கு புடிக்குமா... ஏதோ கடனெழவேனு திம்பே...

அலா : நீங்க சைவமா... நெத்தில நாமம் வச்சிருக்கீங்க... வைஷ்ணவம் இல்லை...

மாது : போக்கிரி... நான் அந்த சைவம் சொல்லல்லை... நீ அசைவம் சாப்டற ஆசாமி... புகாரில வுட்டா பூந்து விளையாடுவ...

அலா : என்ன உசூர்... பின்ன எப்படி அந்த குழம்புல மீன்...

மாது : What do you mean?...

அலா : அதான் உசூர் அந்த குழம்புல இருந்த மீன்...

மாது : அசடு அலாவுதீன்... அது மீன் இல்லையா...

கத்தரிக்காய்... எங்கப்பன் பிரமாதமா பேரம் பேசி கடைக்காரனை ஏமாத்திட்டதா நெனைச்சு அத்தனையும் முத்தலா பொறுக்கிண்டு வந்துடுவார்... எங்கம்மா அந்த முத்தின கத்தரிக்காயை முழுசா போட்டிருக்கா... அதை நீ சதக்கு புதக்குனு கடிச்சி சாப்பிடறச்சே மீன் சாப்பிடற feeling வந்திருக்கும்...

அலா : என்ன உசூர்... மீனுக்கும் கத்தரிக்காய்க்கும் எனக்கு வித்யாசம் தெரியாதா... மீன் வாசனை வந்ததே...

மாது : மீன் வாசனை வந்ததா... ஏன் அலாவுதீன்... மீன் விலை ஜாஸ்தியா இல்லை கத்தரிக்காய் ஒரு கிலோ விலை ஜாஸ்தியா?...

அலா : ஏன் உசூர்...

மாது : இல்லை ஒரு சின்ன டவுட்டு... எங்கப்பன் மகா கஞ்சன்... சொல்ல முடியாது... சீப்பா இருக்குனு கத்தரிக்காய்க்கு பதிலா மீனை வாங்கியிருக்கலாம்...

அலா : என்ன உசூர்...?

மாது : வாங்கியிருப்பார்... சரி சரி... அவர் சினிமாலேந்து வர டயமாச்சு... தட்டை பாத்தா உள்ளே சாப் பிட்ட இன்னொருத்தர் யாருன்னு டவுட் வரும்... நான் போய் தட்டை அலம்பிட்டு வரேன்...

அலா : உசூர், அடிமை நான் இருக்கும் போது நீங்க ஏன் சிரமப்படணும்... நான் தட்டை அலம்பறேன்...

மாது : ஆ ஊன்னா அடிமைங்கறே... சரி சரி, நீயே அலம்பிடு... அப்புறம் அனாவசியமா உன் மனசு வருத்தப்படும் (அலாவுதீன் செல்கிறான்)

(மைதிலி ராமானுஜம் entry)

மாது : வாப்பா, படம் எப்படி...

ராம : போதும் போதும்... இனி உங்கம்மாவை அழைச்சிண்டு இந்த மாதிரி படத்துக்கெல்லாம் போகக் கூடாது...

மாது : ஏன்...

ராம : அந்த படத்துல வர பூதத்தை பாத்து பயந்துட்டா... அப்புறம் பூதம் வர சீனல்லாம் கண்ணை

பொத்திப்பா... பூதம் போனப்புறம் நான் சொல் வேன்... படத்தை பாப்பா...

மாது : என்னம்மா இது... இப்படியா பூதத்தை பாத்து பயப்படறது... இத்தனை வருஷமா அப்பாவை பார்த்திண்டிருக்கே...

ராம : மைதிலி... உள்ளே போய் மொதல்ல ஒரு டம்ளர் மோர் சாப்பிடு... பயம் தெளியும்... நீ சாப்பிட்டியாடா மாது...

மாது : ஆச்சு... (உட்கார்ந்திருந்த மைதிலி எழுந்து உள்ளே செல்கிறாள்...)

ராம : அட... கவனிக்கவேயில்லை... பல்ப் எப்படிடா எரியறது... வேறே பல்ப் வாங்கி போட்டுட்டியா...

மாது : நீதான் எனக்கு ஒண்ணுமே தெரியாதுன்னியே... பல்பை ரிப்பேர் பண்ணி சரி செஞ்சேன் கவனிச்சியா...

ராம : சாரிடா மாது... அப்ப ஏதோ கோவத்துல அலாவுதீன் சினிமாவுக்கு நீ வரவேணாம்னு சொல்லிட்டேன்.

மாது : பரவாயில்லை வுடு... நானும் கிட்டத்தட்ட அலாவுதீனை பார்த்த மாதிரிதான்-

ராம : என்னடா சொல்ற...

மாது : இல்லை... அது வந்து... அதையே நினைச்சுண்டு ஒரு தூக்கம் போட்டேனா... கனவுல சினிமா வந்தது... அதை சொன்னேன்.

(மைதிலி ஓடி வருகிறாள்)

மைதிலி : ஏன்னா... ஏன்னா...

ராம : என்னடி என்னாச்சு...

மைதிலி : ஐய்யோ... நான் எப்படி சொல்வேன்... முகத்தை அலம்பினா பயம் தெளியும்னு குழாயடிக்கு போனேனா... அதை எப்படின்னா சொல் வேன்... குழாய் தானா தொறந்துக்கறது... தண்ணி கொட்டறது... ரெண்டு எச்ச தட்டு தானா எம்பி எம்பி அலம்பிக்கறது... அப்புறம் அப்படியே அந்தரத்துல பறந்து போய் சமையல் ரூம்முள்ள நுழைஞ்சு அலமாரில ஒண்ணு மேலே ஒண்ணு தானா ரெண்டு தட்டும் உக்காண்டுடுத்துன்னா...

ராம : *(சிரித்து)* பைத்தியம்டி நீ... இப்படியா ஒத்தி பயப் படுவா... தட்டு தானா அலம்பிண்டுதாம்... தானா பறந்துபோய் அலமாரில உக்காண்டுதாம்... சரியான பயந்தாங்குளிடா மாது உங்கம்மா...

மைதிலி : இல்லை, சத்தியமான்னா... ரெண்டு கண்ணால பாத் தேன்...

மாது : அம்மா நீ அலாவுதீனை பாத்தியா...

ராம : இவன் ஒருத்தன்... அந்தப் படத்தை பாத்துட்டுத் தானே இப்படி அதையே மனசுல நெனைச்சுண்டு அரண்டவன் கண்ணுக்கு இருண்டதெல்லாம் பேய்ங்கற மாதிரி எதுக்கெடுத்தாலும் பயப்படறா... மொதல்ல நீ உக்காரு... *(பேப்பரால் விசிறுகிறார்)*... என்னமா பயந்து போய் வேர்த்திருக்கு பாரு... *(அலாவுதீன் entry)*

அலா : மன்னிச்சுக்குங்க உசூர்... நான் உங்கம்மா வந்ததை கவனிக்கலை... அதான் நான் தட்டு அலம்பறதை பாத்துட்டு பயந்திருக்காங்க...

மாது : சரி சரி... பேசாம உக்காரு...

ராம : அதான் உக்காண்டாச்சே... என்ன உளர்ற... எழுந்திரு மெல்ல... உள்ளே போய் படுத்துக்க... காத்தால எழுந்தா எல்லாம் சரியாயிடும்...

(மைதிலி exit)

இவளை போய் இந்த மாதிரி சினிமாக்கு அழைச் சிண்டு போனேனே... எம்புத்தியை செருப்பால அடிக்கணும்... நான் ஒரு மடையன்...

அலா : உசூர்... இதுதான் உங்கப்பாவா?

மாது : ஆமாம், இப்பத்தான் புரிஞ்சுதாக்கும்... பாத்தா தெரியலை...

ராம : அடி செருப்பால கழுதை... ஏதோ ஒரு பேச்சுக்கு சொன்னா... என்ன தைரியமிருந்தா ஆமாம்பே... அப்பனுக்கு எதிர்லையே...

மாது : கஷ்டம்... வாய்தவறி நீ கேட்ட கேள்விக்கு பதில் சொல்லிட்டேனா...

(அலாவுதீனைப் பார்த்து)

ராம : ஏய்... அங்க பாத்து என்னடா பேச்சு... நான் இங்க இருக்கேன்... சரி சரி... நானே போய் சோத்தை எடுத்து போட்டு சாப்பிட்டுக்கறேன்.. உங்கம்மா தூங்கட்டும். பாவம் பயந்துருக்கா... ஆமாம் மாது இன்னிக்கு ஸ்கூல்ல ஆயுத பூஜைன்னு... அவலும் பொரியும் கொடுத்தா... உனக்கு புடிக்குமே... உள்ளே வச்சிருந்தேனே பாத்தியா...

அல் : உசூர்... கை துடைக்க டவல் கேட்டேனே...

மாது : அதான் அப்பா தோள்ல இருக்கே டவல்...

ராம : டவல் இல்லடா முண்டம். அவல்... அவல் பொரி... நீயும் வர வர கோனார் மாதிரி டமாரமாயிண்டிருக்கே... (exit)

(அலாவுதீன் டவலை எடுத்துத் துடைக்கிறான்)

மாது : அலாவுதீன்... எங்கப்பா பாரு தோள்ள இருக்கற டவல் போனது கூட தெரியாம போயிண்டிருக்கார்...

(அலாவுதீன் டவலை பெஞ்சில் வைக்கிறான்)

ராம : (re-entry) மாது... தோள்ள போட்டுண்டிருந்த டவலை பாத்தியா?

மாது : தோ இருக்குபா... மறந்து போய் வச்சுட்டு போயிட்டே...

ராம : (எடுத்து போட்டு) Good Night... (exit)

அலா : உசூர், இப்ப பாருங்க... (மறுபடி டவலை எடுத்து பெஞ்சில் வைக்கிறான்)

ராம : (re-entry) என்னடா மாது... டவலை காணும் மறுபடி...

மாது : நீ ஒரு இதுபா... மறுபடி மறந்து போய் வச்சுட்டு போயிட்டே...

ராம : இல்லடா... எடுத்துத் தோள்ள போட்டுண்டது ஞாபகம் இருக்கு... எப்படி இங்க வந்தது..

(டவலை குறுக்காக மார்பில் மடித்துக் கட்டி... முடிச்சு போட்டு பின்புறம் தள்ளுகிறார்)

எப்படி idea... இனி நெனைச்சாலும் மறந்து போய் இங்க வச்சுட்டு போக முடியாது...

(அலாவுதீன் முடிச்சை அவுத்து... டவல் நுனியைப் புடிக்க...)

ராம : குட்நைட் டா...

(டவல் அலாவுதீன் கைக்கு வருகிறது)

மாது : போதும் அலாவுதீன் ஒரு limit உண்டு... பாவம் எங்கப்பா வுட்டுடு... நீ இந்த மாதிரி பண்ணிண்டுருந்தா இந்த டவல் விளையாட்டு கார்த்தால வரை நடந்துண்டே இருக்கும்.

ராம : (re entry) மாது...

மாது : இந்தாப்பா டவல்...

ராம : எப்படிடா மறுபடி இங்க வந்தது... நன்னா முடிச்சு போட்டு...

மாது : நீயும் அம்மா மாதிரி பயந்துருக்கே... இந்த டவலை நானும் பாக்கறேன் - நீ எடுத்துக்காம போயிட்டு வந்து டவல் எங்கங்கறே... இந்தா புடி... எதுக்கும் நீயும் ஒரு டம்ளர் மோர் குடிச்சுட்டு முகத்தை அலம்பிண்டு படுத்துக்கோ...

(ரங்கபாஷ்யம், மாலு entry)

மாது : மாலு... படம் எப்படி?

மாலு : படம்... மாது...

ரங்க : ஏய் மாலு... மணி பத்தாச்சு... இன்னும் என்ன பேச்சு... வந்து எனக்குச் சோத்தை போடு...

மாலு : காத்தால பேசிப்போம்... எங்கப்பா கோவமா இருக்கார் (exit)

மாது : உங்கப்பனுக்கு வேறென்ன வேலை? எப்பப் பார்த்தாலும் நாய் மாதிரி குரைப்பான்... மடையன்...

(ராமானுஜம் வந்து)

ராம : என்ன நாய்ங்கற?

மாது : உங்களை சொல்வேனா... மாலுவோட அப்பாவனா சொன்ன...

ராம : அதான பார்த்தேன்...

(திரை)

காட்சி 8

(பீமாராவ் exercise செய்து கொண்டிருக்கிறார்; மைதிலி புத்தகம் படித்துக் கொண்டிருக்கிறாள்; கோனார் ஓடி வருகிறான்)

கோனார் : மைதிலிம்மா... மைதிலிம்மா...

மைதிலி : என்ன கோனார்... என்ன இப்படி பயந்து ஓடிவரே... உம் மாடே உன்னை துரத்த ஆரம்பிச்சுடுத்தா...

கோனார் : அது எப்படியம்மா சொல்வேன்... மைதிலியம்மா உம் பையன் மாது...

மைதிலி : மாதுவுக்கு என்னாச்சு?

கோனார் : அவனுக்கு ஒண்ணும் ஆகலை... மாது நம்ப தெருல சைக்கிள்ல உக்காண்டு வரான்... அதுவும் எப்படி? பின் சீட்டுல டபுள்ஸ்... அதை பாத்து 7, 8 பேர் ஒரு போலீஸ்காரர் உட்பட பயந்து மயக்கம் போட்டுட்டார்...

பீமா : புரியும்படியா சொல்லுய்யா... மாது பின் சீட்டுல உக்காண்டு டபுள்ஸ் வரான் சைக்கிள்ள... தப்பில்லையே... அதான் கவர்ன்மென்டே சைகிள்ள டபுள்ஸ் போவலாமினுட்டாங்களே... இதுக்கு எதுக்கு போலீஸ்காரன் பயப்படணும்...

கோனார் : புரியாம பேசறியே... முன் சீட்டுலே யாருமே இல்லையே...

பீமா : நல்லா பாத்தியா...

கோனார் : என் ரெண்டு கண்ணால பாத்தேன் பீமாராவ்-

பீமா : இதான வாணாங்கறது... சந்தடி சாக்குல உன்னோட 1/2 கண்ணை 2 கண்ணுன்னு establish பண்ண பாக்கறியே... அதெப்படி... தானா சைக்கிள் ஓடும்... அதுவும் பின்னாடி மாதுவை வச்சுண்டு...

(மாது entry with அலாவுதீன்)

அலா : உசூர், நாம ரெண்டு பேரும் சைக்கிள்ல டபுள்ஸ் வந்தத கோனார் உங்கம்மாகிட்ட சொல்லிட்டார் போலிருக்கு...

மாது : *(சமாளிச்சுக்கறேன் என்ற பாவனையில் ஆக்ஷன்)*

கோனார் : *அதோ உங்க பையனே வரான், கேளுங்க...*

மாது : *உடனே கோள் மூட்டியாச்சா...*

பீமா : *எப்படி மாது, யாருமே ஓட்டாம சைக்கிள்ள நீ பின்னாடி உக்காண்டு போனே...*

மாது : *நான் ஒரு சைக்கிள்ள பின் Seatல உக்கார்ந்து Balance பண்ணிட்டே வந்தேன். அதை இந்த கோனார் பார்த்துவிட்டு Doubles அது இதுன்னு உளர்றது.*

கோனார் : *மாது, நான் என் ரெண்டு கண்ணாலேயும் பார்த் தேன்.*

மாது : *கோனாரோட கண்ணை பத்திதான் உங்களுக்கு தெரியுமே... அம்மா, இந்தா 500 ரூபாய்-*

மைதிலி : *ஏதுடா...*

மாது : *என்னமோ நான் ஒண்ணுத்துக்கும் உபயோகம் இல்லாதவன்னு அப்பா கரிச்சுக் கொட்டுவாரே... அவர் மூஞ்சில விசிறி அடி...*

மைதிலி : *அது சரி, ஏதுடா?*

மாது : *நானே உழைச்சு சம்பாதிச்சேன்... அம்பத்தூர் போயிருந்தேன் என் friend cycleக்கு மோட்டார் வாங்க... அங்க ஒரு Small scale industryல generator work பண்ணலை... வந்த work நாளைக்குள்ள முடிஞ் சாகணும்... அந்த company முதலாளி தலைல கைவச்சு உக்காண்டிருந்தார்... 500 ரூபா தறியா ரிப்பேர் பண்ணி தரேன்னேன்... சரின்னார். மூளையை use பண்ணேன்... generator ஓடித்து... இந்தா 500 ரூபா.*

மைதிலி : *நான் சொல்லலை கோனார்... மாதுவை புடிச்ச சனி வுட்டுடுத்து... கோழியூர் கோவிந்தசாமி சொன்னது சரிதானே... சமத்துடா கண்ணா... பெருமாள் சந்நதிலே வக்கறேன். நீ உன் கையால பாவம் உழைச்சு சம்பாதிச்ச மொதல் பணம்... (Exit)*

கோனார் : *தம்பி அந்த வீட்டு வாடகை பாக்கி....*

மாது : *பொறுய்யா... வீட்டு வாடகை பாக்கி என்ன... இந்த வீட்டையே வெலைக்கு வாங்கறேன்...*

கோனார் : என்னமோ இப்ப உன் பக்கம் அதிர்ஷ்டம் அடிக்குது. நாளைக்கு நீ அந்த ஜோஸ்யர் சொன்னா மாதிரி பெரிய ஆளா ஆனா எங்களை மறந்துடாதே... (Exit)

மாது : மறக்க மாட்டேன். அது என்ன நான் cycleல டபுள்ஸ் வந்தேன் அது இதுன்னு வத்தி வச்சியே... வாசல்ல போய் பாரு - உன் மாடு இரண்டும் doubles போவுது. என்ன பீமாராவ், ரொம்ப நாளா கேக்கணும்னு இருந் தேன்- Mr. Madras ஆக எவ்வளவு பவுண்டுக்கு மேல எடை தூக்கணும்...

பீமா : 500 பவுண்ட் கிட்டத்தட்ட... Lost your record...

மாது : இது எவ்வளவு இருக்கும்...

பீமா : 450 பவுண்ட் இருக்கும். கூட ஒரு 50 மாட்டி தூக்கிட்டா... இந்த வாட்டி நான்தான் Mr. Madras... முடியல்லையே... நானும் Daily practice பண்ண றேன்...

(மாது குனிந்து கம்பியை தொடுகிறான்...)

பீமா : மாது நீ வேற... ஒத்து... கைல கால்ல அடிபட்டுக்கப் போற. இது electric energy இல்லை... weight lifting. இதை தூக்க பலம் வேணும்... புத்தி மட்டும் இருந்தா போறாது...

மாது : இதை நான் தூக்கி காட்டறேன்...

பீமா : மாது, விளையாடாதே வாணாம்... கைல கால்ல போட்டுக்க போற...

அலா : உகூர்... நான் ரெடி...

மாது : பின்னாடி வா...

பீமா : எதுக்கு ? தூக்கி கைல கொடுக்கவா... ?

மாது : நீங்க வேற... ஒத்து தலைவரே... கவனி...

(அலாவுதீன் தூக்க மாது தூக்குகிறான்)

பீமா : மாது... என்னது ஆச்சரியமாயிருக்கு... உன்னால எப்படி இதை தூக்க முடிந்தது...

மாது : (கையை விட்டு வந்து) என்ன தலைவரே... நீங்க எவ்வளவோ எடை தூக்கறீங்க ? என்னை தப்பா எடை போட்டுட்டீங்க...

பீமா : மாது... weight உட்டுட்டே... கீழே விழுந்துடப் போகுது...

மாது : (ஓடிப் பிடித்து) கவலைப்படாத தலைவரே... (கீழே இறக்குகிறான்) Mr. Madrasக்கு உங்களுக்கு போட்டியா வர மாட்டேன்...

பீமா : எப்படி... எப்படி தம்பி தூக்கினே...

மாது : Mental concentration-

பீமா : தம்பி... எனக்கு அதை சொல்லித் தா தம்பி...

அல் : புரிஞ்சுது உசூர்... Don"t worry இந்த வாட்டி Mr. Madras பீமாராவ்தான். நான் அவருக்குத் தெரியாம அவருக்கு help பண்ணறேன்...

மாது : ஒண்ணும் கவலைப்படாதே தலைவரே... போட்டி அன்னிக்கு எனக்கு ஒரு வார்த்தை சொல்லுங்க... front rowல உக்காண்டுக்கறேன்... என்னை பார்த்துண்டே மனசுல தைரியத்தை வரவழைச்சுண்டு தூக்குங்க... நீங்க தான் இந்த வாட்டி Mr. Madras.

பீமா : அப்போ Practice வாணாங்கறியா...

மாது : ஒண்ணும் வாணாம்... காலைலே எழுந்து 5,6 கோழி முட்டை, ஒரு ஆடு கொம்போட சாப்பிடு வியே... அத்தை மொதல்ல நிறுத்து... ஜம்னு ரெஸ்ட் எடுத்துக்க... போட்டி தேதி சொல்லிடு... நான் உங்களுக்கு Mental strength first rowல உக்காண்டு தரேன்..

அலா : சரி வுடுங்க உசூர்... கொஞ்ச நேரத்துல உங்கப்பா வந்துடுவார்... உங்கம்மா அந்த 500 ரூபாயை காட்டப் போறாங்க. எங்க உசூர் தலை நிமிர்ந்து நிக்கப் போறார். யார் அவர் எதிர்த்த வீட்டு சேஷ கோபாலன்... நாம் போனது எந்த ஆபீஸ்...

மாது : A.G.S ஆபீஸ்.

(ராமானுஜம் entry with சேஷகோபாலன்)

(மைதிலி entry)

ராம : மைதிலி, இந்த அக்கிரமத்தை பார்த்தியா?

மைதிலி : என்ன?

சேஷ : அந்த வயத்தெரிச்சலை என் வாயால் சொல்லணுமா? நீரே சொல்லும்...

ராம : பாவம்டி, இது ஏதோ A.G.S. officeல ஏதோ ஒரு 500 ரூபாய்க்கு Loan apply பண்ணியிருக்கு... அது இன்னிக்கு சாங்ஷன் ஆகியிருக்கு... பிரும்மஹத்தி இன்னி பாத்து மட்டம் போட்டிருக்கு... இவருக்கு சாங்ஷன் ஆன Loanஐ வேறே எவனோ ஒத்தன் வாங்கிண்டு போயிருக்கான்...

மைதிலி : அதெப்படி இவருக்கு sanction ஆனதை இன்னொருத்தருக்கு தருவா...

ராம : அதான் இவருக்கே புரியலை... இவரை மாதிரியே ஒத்தர் வந்து சேஷகோபாலன்னு கையெழுத்து போட்டு வாங்கிண்டிருக்கார்.

மைதிலி : இவரை மாதிரியே இன்னொருத்தரா? அதெப்படி...

ராம : இது போய் சாயங்காலமா Sanction ஆன loanஐ வாங்க போயிருக்கு... ஆபீஸ்ல accountant கேக்கறார் ஒரு நாளைக்கு எவ்வளவு தடவையா loan வாங்க வருவேன்னு... இவருக்கு புரியலை... ஏய்... ஏய்... நல்லா யோசிச்சு பாரும்... உம்ம ஜாடைல வேற யாரான இருக்காளா...

சேஷ : நானே பணம் போன வருத்தத்துல இருக்கேன். என் ஜாடைல இன்னொருத்தர் இருக்காளான்னு கேட்டு எங்கப்பனையே டவுட் பண்ணறியே... என் தலையெழுத்து...

மைதிலி : மறந்துட்டேனே, இந்தாங்கோ 500 ரூபா...

ராம : ஏதுடி... A.G.S. officeல உனக்கு loan தரமாட்டாளே...

மைதிலி : நம்ப மாது சம்பாதிச்சுண்டு வந்திருக்கான்...

ராம : மாதுவா...

மாது : என்னமோ நான் ஒண்ணுத்துக்கும் உபயோகம் இல்லாதவன் அது இதுன்னியே... கவனிச்சியா என் சாமர்த்தியத்தை. ஒரு generator சரி பண்ணேன்... கம்பெனி முதலாளி 500 ரூபா தந்தார்.

சேஷ : நான் வரேன். எனக்கு 500 போச்சு, உங்களுக்கு 500 வந்திருக்கு...

மாது : சார்... இந்தாங்க இந்த 500 ரூபாயை வச்சுக்குங்க... அப்புறம் முடிஞ்ச போது திருப்பி தாங்க.

ராம : மூதேவி, கஷ்டபட்டு சம்பாதிச்ச 500 ரூபாயை அவர்கிட்ட ஏண்டா கொடுத்தே...

மாது : பரவாயில்லை வுடுப்பா... அந்த 500 ரூபா போக வேண்டிய எடத்துக்குத்தான் போயிருக்கு.

ராம : என்ன சொல்ற...

மாது : அதை வுடு... இப்ப ஒத்துக்கறியா நான் எவ்வளவு புத்திசாலின்னு... பாருப்பா 500 என்ன 1000 கணக்கில சம்பாதிக்கறேன்.

ராம : என்ன ஆச்சு இவனுக்கு?

மைதிலி : ஒண்ணும் ஆகலை. இவனை புடிச்ச சனி வுட்டுடுத்து. கோழியூர் கோவிந்தசாமிக்கு கோவில் வச்சு கும்பிடணும்... அவர் வாக்கு பலிச்சுடுத்து...

ராம : என்னமோ மாது போடா... நீ சமத்தா இருந்தா எனக்கு சந்தோஷம்தான்... வேலைக்கு கீலைக்கு அப்ளை பண்ணியா...இப்ப உம்பக்கம் அதிர்ஷ்டம் இருக்கு... காற்றுள்ள போதே தூற்றிக் கொள்...

மாது : அப்பா... அப்பா...

ராம : என்னடா அசடு வழியற...

மாது : எதித்த போர்ஷன் மாலுவை... மாலுவை...

ராம : நீ love பண்றே, அதானே?

மாது : எப்படிப்பா கண்டுபிடிச்சே...

ராம : எனக்கு தெரிஞ்சு புடவை கட்டிண்டு எதிர்ல யாரான வந்தா வயசு வித்யாசம் கூட பாக்காம நீ பண்ற மொதல் காரியம் அவளை love பண்றது... நீ love பண்ணாம விட்டு வச்ச ஒரே பொண்ணு உங்கம்மாதான்...

மாது : மாலு அப்பா கிட்ட சொல்லி... அவளை எனக்கு கல்யாணம் பண்ணிக் குடுத்து என்னை சுமங்கலி ஆக்குப்பா...

ராம : ரங்கபாஷ்யம் கிட்ட போய் உம் பொண்ணு மாலுவை எம் பையன் மாதுவுக்கு கட்டித் தான்னா கால்ல இருக்கறதை கைல எடுத்துப்பான்... ஒரு வேலைக்கு

போய் சுயமா சம்பாதிக்காத உனக்கு எவண்டா பொண்ணு குடுப்பான்...

மாது : அதான் 500 ரூபாய் சம்பாதிச்சேனே...

ராம : வெறும் 500 ரூபாய் சம்பாதிச்சுட்டா போறுமா... அப்புறம்...

மாது : வேற யாராவது loveக்கு அப்ளை பண்ணமாட்டாளா...

ராம : என்ன சொல்ற...

மாது : Sorry... உளர்றேனே... நீ பாருப்பா... எப்படியும் அடுத்த எதான interview வந்தா நான் அதுல எப்படி answer பண்ணி பெரிய வேலைல சேர்றேன் பாரு...

ராம : அதுவரை wait பண்ண மாலு உனக்கு என்ன முறைப் பொண்ணா...

(ரங்கபாஷ்யம் entry with நரசிம்மாசாரி)

ரங் : வாங்கோ... ராமானுஜம்...

ராம : என்ன ரங்கபாஷ்யம்...

ரங் : He is Mr. நரசிம்மாசாரி BABL... நான் சொல்லலை. ஒரு பெரிய Companyல Engineerஆ இருக்கார்... ராமானுஜம் இவர்தான்...

நர : Hello...

ரங் : என் friendடோட friend இவர்... இவர் பையன் பாஷ்யம்னு பேரு... chartered accountant... 1500 ரூபாய் சம்பளம்... திடீர்னு fix ஆச்சு Infact மாலுக்குக்கூட இன்னும் சொல்லலை... நாளைக்கு வெள்ளிக்கிழமை நல்ல நாளா இருக்கு... பொண்ணு பாக்க பையனை அழைச்சுண்டு வரச் சொல்லியிருக்கேன்...

ராம : ஓஹோ... Very good...

ரங் : எனக்கோ wife கிடையாது... மைதிலி மாமி, நீங்கதான் தயவு பண்ணி எனக்காக நாளைக்கு ஒரு நாள் மட்டும்...

மாது : சீ... என்ன சார் அசிங்கமால்லாம் பேசறேள்...

ரங் : இருப்பா... நான் சொல்ல வந்தது மைதிலி மாமி

நீங்கதான் மாலுக்கு அம்மா மாதிரி இருந்து எல்லா arrangementsம் பண்ணித் தரணும்... சொஜ்ஜி பஜ்ஜிலேந்து... I hope you won't mind...

ராம : டெபனட்லி... ஜமாய்ச்சுடலாம்...

நர : எங்களுக்குள்ள ஒரு ஒத்துமை பாத்தேளா... எனக்கும் wife கிடையாது காலமாயிட்டா... என் wife பார்க்க ரொம்ப அழகா இருப்பா... மகாலக்ஷ்மி மாதிரி... எம் பையன் பேரு பாஷ்யம்... அவன் கூட நல்ல பட்டு சிகப்பா ரொம்ப அழகா இருப்பான் அம்மா மாதிரி...

மாது : உம்ம பையன் அழகா இருப்பான்னு சொன்னாலே போதும்... அழகுல அம்மாவை கொண்டு பொறந்துருக்கான்னு எங்களுக்கு புரிஞ்சு போச்சு...

நர : அம்பி யாரு?

ராம : He is my only son... மாது...

மாது : Yes, he is my only father...

ராம : சும்மா இரேண்டா...

நர : No...No.. குழந்தைகள் அப்படித்தான் இருக்கும்... அப்ப நான் கிளம்பட்டுமா... நாளைக்கு சாயந்தரம் 5லேந்து 6க்குள்ள வரேன்... (Exit)

ரங் : ராமானுஜம் ... இவர் கூட நானும் Bus stand வரை போயிட்டு வரேன் (Exit)

ராம : (மாதுவை இடித்து) இவர் என்ன சொல்றார் பாத்தியா... அட, வேலை தான் கிடைக்கலை... பாக்கவாவது பெரிய மனுஷத்தனமா இருக்கியா... உனக்கு இந்த அழகுல மாலுவை கல்யாணம் வேற பண்ணிக்கணும்னு ஆசை... (இடித்து) மொதல்ல வேலைக்கு போய் சம்பாதிக்கற வழியை பாரு... (மைதிலியோடு Exit)

மாது : என்ன அலாவுதீன்... இங்க நடந்த எல்லாத்தையும் பாத்துண்டுதானே இருக்க...

அலா : பாத்தேன்... உசூர்... பாத்தேன்...

மாது : நீ என்ன பண்ணுவியோ ஏது பண்ணுவியோ தெரியாது... எப்படியான இந்த சம்பந்தத்தை நிறுத்தி

யாகணும்... என்ன அலாவுதீன், பேசாம நிக்கற மரமாட்டம்... நாளைக்கு மாலுவை பொண் பாக்க வரா... டெபனட்டா... பையனுக்கு பொண்ணை புடிச்சுடும்...

அலா : அதெப்படி அவ்வளவு நிச்சயமா சொல்றீங்க உசூர்...

மாது : அது என் ராசி... நான் love பண்ற பொண்களுக்கு உடனே நல்ல இடத்துல fix ஆயிடும்... இந்த வாட்டி நான் விடறதாயில்லை. இதை எப்படியான நிறுத்தியாகணும். இப்படி பண்ணா என்ன... நீதான் அன்னிக்கு சொன்னியே நீ என் கூட பழகுற விஷயம் யாருக்கான தெரிஞ்சா அவன் மண்டை ஆயிரம் சுக்கலா வெடிச்சு சிதறிடும்னு... நேர நாளைக்கு கார்த்தால அந்த நரசிம்மாசாரி வீட்டுக்கு போய் அலாவுதீன் என்னோட பழகறாங்கறேன். தலை சுக்கு நூறா வெடிச்சு சிதறட்டும்... என்ன நரசிம்மாசாரிக்கு ரெட்டை மண்டை... சிதறினா சுக்கல் கொஞ்சம் ஜாஸ்தியா இருக்கும்...

அலா : நல்ல வேளை இதுமாதிரி ஏதான பண்ணாம இருந்திங்க உசூர்...

மாது : ஏன்...

அலா : நான் அன்னிக்கே உங்க கிட்ட சொல்ல மறந்துட் டேன்... அது மாதிரி நீங்க சொல்லி யார் மண்டையான சிதறினா அவரும் போயிடுவார்... நானும் உங்க கண்ணை விட்டு மறைஞ்சுடு வேன்... உசூர்... ஜாக்கிரதை...

மாது : என்ன அலாவுதீன்... போ... உருப்படியான ஒரு வழி சொல்ல மாட்டேங்கற... அய்யோ நாளைக்கு சாயங்காலம் 5லேந்து 6க்குள்ள மாலு என் கையை விட்டு போயிட போறா...

அலா : கவலைப்படாதீங்க உசூர்... நாளைக்கு எவ்வளவு மணிக்கு மாலுவை பொண் பாக்க வராங்க...?

மாது : 5 லேந்து 6 - அதான் அந்த double headed நரசிம்மாசாரி சொல்லிட்டுப் போறாரே...

அலா : உசூர்... நாளைக்கு சாயங்காலம் 4 மணிக்குக் கிளம்பி

நீங்களும் மாலுவும் அன்னிக்கு பாக்க முடியாம போன அலாவுதீன் அற்புத விளக்கு சினிமா போயிடுங்க...

மாது : என்ன விளையாடறியா? நாளைக்கு 5 மணிக்கு மாலுவை பொண் பாக்க வரச் சொல்லியாச்சு... மாலுவும் நானும் 4 மணிக்கு சினிமாக்கு கிளம்பி போயிட்டா நரசிம்மாசாரி வந்து பொண் எங் கேன்னு கேட்டா ரங்கபாஷ்யம் என்ன looseஆ தியேட்டர்ல போய் பாத்துக்கோன்னு சொல்ல...

அலா : உசூர்... நாளைக்கு உங்களோட சினிமாக்கு வரப்போறது நிஜம் மாலு... இங்க நரசிம்மாசாரியும் அவர் பையனும் வந்து பாக்கப் போறது பொய் மாலு...

மாது : பொய் மாலுவா... நிஜம் மாலு, சுராங்கனி மாலு... என்ன சொல்ற நீ?

அலா : என்ன உசூர்.. உங்களுக்கு ரொம்ப மந்த புத்தி... என்னை மாதிரி ஒரு external சக்தி கிடைச்சாகூட வாழ்க்கையிலே முன்னேற மாட்டீங்க போலிருக்கு... நான் இங்க மாலுவா உருவம் எடுத்துண்டு இருக்கப் போறேன்...

மாது : ஓ அப்படியா... இது பயங்கரமான idea, But அலாவுதீன், இதுல ஒரு problem இருக்கு...

அலா : என்ன...

மாது : மாலுவை எப்படி சரி கட்டறது... அவளை பொண் பாக்க வர அன்னிக்கு சினிமாக்கு கூப்பிட்டா எப்படி வருவா? அட நீ மாலுவா இருப்பேங்கறதை சொல்லலாம்னா மாலு தலை ஆயிரம் சுக்கல்... ரொம்ப சிக்கல்...

அலா : idea இருக்கு... ரங்கபாஷ்யமே மாலுவை பாத்து நீ மாதுவோட சினிமாக்கு போடினுட்டா...

மாது : அலாவுதீன், இது அதைவிட பயங்கரமான idea... ஆமாம், அதெப்படி ஒத்துப்பார்...?

அலா : நாளைக்கு நீங்களே பாருங்களேன்...

மாது : சரி சரி, ஏதோ உம் பொறுப்பு... வுட்டுடறேன்... ஆனா (இழுத்து) மாலு உருவத்துல இருக்கற உன்னை

பாத்து அவாளும் பிடிச்சுப் போச்சுன்னு சொல்லி முகூர்த்தத்தை அவசர அவசரமா அடுத்த வாரமே வச்சுட்டாங்கன்னா... அப்ப எப்படி... மாலுவா உக்கார போறதும் நீயா... பாவம் பாஷ்யம் - உனக்கா தாலி கட்டப்போறான்...?

அலா : அந்த levelக்கு ஏன் போறீங்க? நாளைக்கு வரப் போற நரசிம்மாசாரி மாலுவை - அதாவது மாலு உருவத்துல என்னை பாக்கறச்சே நான் அடிக்கற கூத்துல இவளும் ஒரு பொண்ணான்னு எழுந்து போயிடப் போறார்... அப்புறம் மாது ஒரு 20 watts bulb இருக்கா...

மாது : 20 watts bulbஆ? எதுக்கு...?

அலா : கொடுங்க உசூர்... சொல்றேன் எல்லாம்...

மாது : ஒரு நிமிஷம் (உள்ளே ஓடுகிறான்)

(அப்துல் காதர் (கோபி) Bathroomலேந்து வந்து)

அப்துல் : உசூர், அலாவுதீனுக்கு அடிமை அப்துல் காதர் சலாமாலே கும்-

அலா : அஸ்ஸாலா மாலேகும் அப்துல்... அப்துல், இதான் என்னோட உசூர் மாது.

அப்துல் : உசூர்... இவர் உங்களுக்கு உசூரா...?

அலா : ஆமாம்.

அப்துல் : உசூருக்கு உசூரே... சலாமாலே கும்...

மாது : உசூருக்கு உசூரேவா... அது என்ன ரத்தத்தின் ரத்தமே மாதிரியா...

அலா : உசூர், அந்தக் காலத்துல இவர் என்னோட ரொம்ப close friendஆ இருந்தார்...

மாது : Short friendனு சொல்லு... என்ன அலாவுதீன், குழந்தைகளோட எல்லாம் போய் Friendship வச்சுண்டுருக்கே...

அலா : இவன் குழந்தை இல்லை உசூர்... இவனுக்கு 35 வயசாச்சு... வளர்த்தி அவ்வளவு இல்லை... ரொம்ப நல்லவன்... காதல் தோல்வில செத்துட்டான்... அதனால இவனோட ஆசை யாராவது காதலிச்சா

அவாளுக்கு உதவி பண்ணணும்கறது. அதான் இவனைக் கூப்பிட்டேன்... இவனும் என்னை மாதிரியே உங்களைத் தவிர மத்தவா கண்ணுக்குத் தெரியமாட்டான்...

மாது : Infact என் கண்ணுக்கே நன்னா உத்து பாத்தாத்தான் தெரியறான்.

அலா : அது தவிர இவனுக்கு இன்னொரு சக்தியும் உண்டு - ஒருத்தருக்கு ஒரு உருவத்துலேயும் இன்னொருத்த ருக்கு இன்னொரு உருவத்துலேயும் காட்சியளிப் பான்...

மாது : புரியலை...

அலா : நாளைக்கு மாலுவை பொண் பாக்க நரசிம்மாசாரி கூட பாஷ்யமா வரப்போறது அப்துல் காதர்... நரசிம்மாசாரி கண்ணுக்கு பாஷ்யமா தெரிவான்... மாலுவோட அப்பா கண்ணுக்கு குள்ளமா அப்துல் காதரா தெரிவான்.

மாது : பரவாயில்லைபா... மூர்த்தி சிறிசா இருந்தாலும் அப்துல் காதருக்குக் கீர்த்தி பெரிசு...

அலா : நாளைக்குப் பாருங்களேன்... ஒரே குழப்பம்தான்... நீங்க நிம்மதியா மாலுவோட சினிமா போயிட்டு வாங்க... எல்லாம் விவரமா சொல்றேன்...

அப்துல் : உசூர்...

அலா : என்ன அப்துல்?

அப்துல் : நாளைக்கு நான் பாஷ்யமா வரச்சே இப்படி லுங்கி யோட வந்தா... மாலுவோட அப்பாக்கு சந்தேகம் வரும்.. உசூருக்கு உசூர்கிட்ட ஒரு வேஷ்டி இருந்தா கேட்டு வாங்கித் தாங்களேன்...

மாது : அதுவும் Correct.... பரவாலய்டா அப்துல், உனக்கு சின்ன புத்தியா இருந்தாலும்... I mean small brain... பெரிய யோசனைலாம் வரது... உனக்கு வேஷ்டிதானே வேணும்... (பாக்கெட்டிலிருந்து kerchief எடுத்து) இந்தா-

அலா : என்ன உசூர்... இவன் கட்டிக்க வேஷ்டி கேட்டா கர்சீப் தர்றீங்களே...

மாது : நல்ல பெரிய kerchiefடா அலாவுதீன்... காதருக்கு infact இதை வச்சு பஞ்சகச்சமே கட்டிக்கலாம்...

(திரை)

காட்சி 9

ரங் : வாங்கோ வாங்கோ... (நரசிம்மாசாரியும் அப்துல் காதரும் entry)

இப்படி உக்காருங்கோ... என்ன நீங்க மட்டும்தான் வந்துருக்கேளா... பையனை அழைச்சுண்டு வரலை...

நர : என்ன சொல்றேள்... இதோ வந்துருக்கானே எம் பையன்...

ரங் : என்ன இருந்தாலும் கல்யாணம் பண்ணிக்க போற பையன் பொண்ணை பாத்துட்டா ஒரு இதுதான்... இது யார் உம்ம second son ஆ...கடைசி காலத்துல பொறந்தானோ... ஏண்டா அம்பி எத்தனாவது படிக்கற... மைதிலி மாமி, நீங்க சொஜ்ஜி பஜ்ஜி எடுத்துண்டு வாங்கோ... இருங்கோ, மாலுவை கூட்டிண்டு வரேன்.

நர : என்ன உளர்றார் இந்த மனுஷன்?

ராம : பொண்ணை பெத்தவா அப்படித்தான் பொண்ணுக்கு கல்யாணம் ஆறவரை ஒரு tensionல இருப்பா... ஆமாம் உங்க son பாஷ்யத்தை நான் ரொம்ப appreciate பண்றேன்... பெண் பாக்க வரது... சொஜ்ஜி பஜ்ஜி கொட்டிக்கறது... ஏதாவது குறை சொல்லி பொண்ணு புடிக்கலேங்கறது... அது மாதிரி இல்லாம மொதல்ல அப்பாக்கும் தம்பிக்கும் பிடிக்கட்டும், அப்புறம் வந்து பாக்கலாம்னு இருக்கார் பாருங்கோ-

நர : யாரைச் சொல்றேள்?

ராம : உம்ம first son பாஷ்யத்தைத்தான்... ஆமாம் இவர் பேரு என்ன...

நர : பாஷ்யம்... ஏன்?

ராம : ரெண்டு பசங்களுக்கும் ஏன் ஒரே பேரை வச்சுருக் கேள்... ஆத்துல கூப்பிடறச்சே குழப்பமா இருக்காது?

நர : என்ன சொல்றேள்?

கோனார் : ஏன்சார், பாக்க சின்ன பையனா இருக்கான் அதுக்குள்ள ஏன் வேட்டி கீட்டி கட்டி கஷ்டப்படுத்தறேள்? ஒரு நிக்கர் போட்டு அழைச்சுண்டு வரக் கூடாதோ?

நர : அது வந்து...

பீமா : பையனுக்கு பூணூல் போட்டாச்சா... I mean உங்க ளோட ரெண்டாவது பாஷ்யத்துக்கு... மொதல் புள்ளை பாஷ்யத்தின் கல்யாணத்தின் போது அடிச்சு வுட்டு டலாம்னு இருக்கீரா... அதுவும் நல்ல ideaதான். சந்தியா வந்தனம்லாம் ஒழுங்கா பண்ணுவியாடா படவா...

(அப்துல் காதரின் கன்னத்தில் செல்லமாகத் தட்டு கிறான்)

(ரங்கபாஷ்யம் entry with மாலு)

ரங் : மாலு... வா வெக்கப்படாம வா...

மாலு : சும்மா இருப்பா, எனக்கென்ன வெக்கம்... வெக்கமு மில்லை ஒரு எழவுமில்லை (உரக்க...)

ரங் : (அசடு வழிய) ஹி...ஹி இதான் எம் பொண் மாலு... full name மாலதி... இந்தக் காலத்துப் பொண்ணு... பட்பட்னு பேசுவா... பெரியவாளுக்கு நமஸ்காரம் பண்ணும்மா...

மாலு : ஏம்பா... எப்பப்பாரு பொண்ணு பாக்க வரச்சே வழக்கமா சொல்ற வார்த்தை - பெரியவாளுக்கு நமஸ்காரம் பண்ணுங்கற... நாம ஒரு புரட்சி பண்ணா என்ன... இந்த வாட்டி சின்னவாளுக்கு நமஸ்காரம் பண்றேன்... அம்பி இப்படி வந்து நிக்கறியா...

நர : ஏன் ஓய் என்ன உம்ம பொண்ணு இப்படி பேசறா?

ரங் : தப்பா எடுத்துக்கப்படாது... இந்தக் காலத்துப் பொண்ணு... மனசுல ஜோக்குனு நினைச்சுண்டு எதையான சொல்றது...

நர : நானும் தெரியாமத்தான் கேக்கறேன் உம்ம பொண்ணு அசட்டு பிசட்டுனு எதான பண்ணா உடனே இந்தக் காலத்துப் பொண்ணுங்க... அப்படிங்கறீர்... அதுக் காக நான் என்ன அந்தக் காலத்துப் பொண்ணா பாத்து ஒரு கிழவியையா எம் பையனுக்குப் பண்ணி வைக்க முடியும்...? இது கல்யாணம்... ஜோக் இல்லை...

ரங் : மாலு, அப்படி உக்காருடி பேசாம... உங்களுக்குப் பொண்ணை புடிச்சுருக்கா?

நர : எனக்கு சுத்தமா புடிக்கலை. Plain ஆவே சொல் றேனே... எம் பையனுக்கு புடிச்சா O.K. ... கல் யாணம் பண்ணிக்க போறது அவன்... என்னடா வாயை தொறந்து பதில் சொல்லேன்... பொண்ணை புடிச்சுருக்கா...

ரங் : மறுபடியும் சொல்றேன்னு தப்பா எடுத்துக்கப்படாது. அண்ணாவுக்கு பொண் பாக்க தம்பியை அழைச்சுண்டு வரது புதுசா இருக்கு...

நர : எனக்கு பத்திண்டு வரது... யார் ஓய் தம்பி... யார் ஓய் அண்ணா?

ரங் : தோ... இவர்தான்... சீ... இவன்தான்...

நர : உங்களுக்கெல்லாம் பைத்தியம் புடிச்சுருக்குன்னு நினைக்கிறேன்... எனக்கு இருக்கிறது ஒரே பையன் -பேரு பாஷ்யம்... அவன் இவன்தான்...

ரங் : உங்க பையன் பாஷ்யம் இவனா?

நர : ஆமாம்... ஏன்?

ரங் : அன்னிக்கு கேட்டதுக்கு 5'8" இருப்பான்னீங்க?

நர : ஆமாம், இப்பவும் சொல்றேன் - எம் பையன் உசரம் 5'8". உங்களுக்கு இதுல என்ன doubt...

ரங் : அந்த மீதி 5 அடிதான் எங்க காணும்னு பாக்கறேன்...

நர : என்ன ஓய் உளர்றீர்... Infact உம்ம daughter கொஞ்சம் எம் பையனோட compare பண்றச்சே குள்ளமா இருந்தாலும் பரவாயில்லைன்னு நான் அன்னிக்கு சொல்லலியா?

ரங் : சொன்னேள்... வாஸ்தவம்தான்... But இப்ப உல்டா வாயிருக்கு...

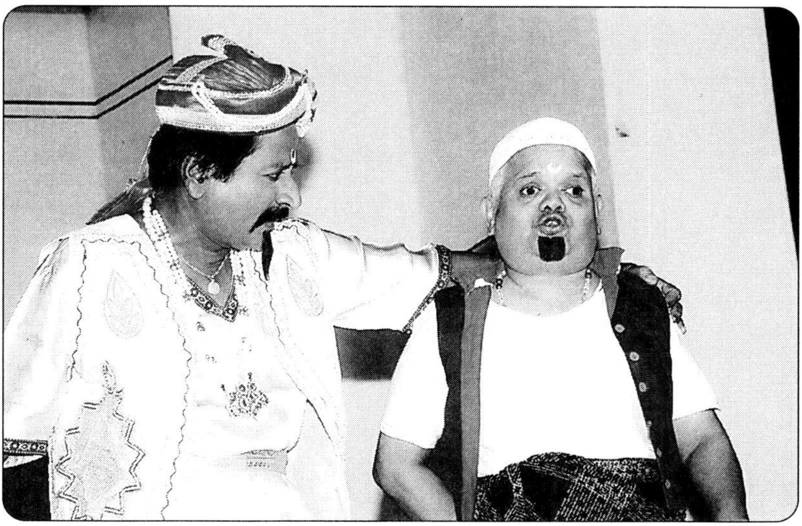

ராம : ரங்கபாஷ்யம், இங்க வா ஒரு நிமிஷம்-

ரங் : (வந்து) என்ன?

ராம : இந்தாள் ஒண்ணு looseஆ இருக்கணும்... இல்லை அடாவடித்தனம் பண்ணி தன்னோட குள்ளப் பையனை உம் பொண்ணு தலைல கட்ட plan பண்ணி இருக்கணும்... சரி, வந்தது வந்துட்டார், நைச்சியமா பேசி அனுப்பற வழியைப் பாரு...

கோனார் : ஆமாம் ரங்கபாஷ்யம், நீங்க பையனை இப்பதான் பாக்கறீரா?

ரங் : ஆமாம், எல்லாம் பேச்சு வார்த்தைலையே முடிச் சேன்...

கோனார் : மொதல்ல சுமுகமா பேசி அனுப்புற வழியை பாரு... சொஜ்ஜி பஜ்ஜி பண்ணிட்டீங்க, பரவாயில்லை, குடுத்துத் தொலையும்... இந்தக் குள்ளன் மாலுவை கல்யாணம் பண்ணிண்டா தாலியை இடுப்புலதான் கட்டுவான்.

ரங் : ஹி ஹி ஒன்றுமில்லை... மைதிலி மாமி, சொஜ்ஜி பஜ்ஜி கொண்டாங்கோ... சாப்பிடுவோமே...

நர : Infact கிளம்பறச்சே ஏண்டா பாஷ்யம், உங்கிட்ட சொல்லலை...? ஏற்கனவே நீ நல்ல உசரம்... எதுக்கு high heel shoeனு...

ரங் : high heel shoeவா... பையன் வேட்டியும் வெறும் காலோடும் வந்துருக்கான்... சரி அனாவசியமா நமக்குள்ள ஏன் தர்க்கம்... Ok, we will have சொஜ்ஜி and பஜ்ஜி.

ராம : ரங்கபாஷ்யம், நிதானமா இரு. Don't get excited. அப்புறம் பாப்போம்... உங்க son நல்ல shortஆ இருக்கான்... நல்ல smartஆ இருக்கான்... பையன் எங்க வேலை பார்க்கிறான்...

கோனார் : வேற எங்க? சர்க்கஸ்லதான் இருக்கும்...

நர : He is the chief Eng. in அத்வானி and ஓர்லிகான்... 1500 ரூபாய் சம்பளம்... Infact furtherஆ கூட அப்ளை பண்ணியிருக்கான்... இதைவிட நல்ல வேலையா கிடைச்சா He will jump...

பீமா : இவரால jump பண்ண முடியும்கறீங்க... எனக்கு தோணலை...

(மைதிலி சொஜ்ஜி பஜ்ஜி வைக்கிறாள்)

ரங் : டிபன் சாப்பிடுங்கோ...

நர : இருக்கட்டும்... பொண்ணுக்கு பாடத் தெரியுமா...

ரங் : பாடுவா... ஏன்?

நர : பாடச் சொல்றது...

ரங் : ஒரு நிமிஷம்... ராமானுஜம் இங்க வாங்கோ.

ராம : என்ன?

ரங் : எதுக்கய்யா பாட்டு அது இதுன்னு... ஒரு வாமனத்தை அழைச்சுண்டு வந்து இந்தாள் படுத்தறார்- மாலுவைப் பாடச் சொல்றதா...

ராம : சும்மா ஒப்புக்கு ஒரு பாட்டு பாடச் சொல்லி மொதல்ல அவரை அனுப்பற வழியைப் பாரு...

ரங் : (வந்து) ஒன்றுமில்லை... மாலு, ஏதாவது பாடேன்...

மாலு : என்ன பாட்டுப்பா...

நர : என்ன ரங்கபாஷ்யம், உம்ம பொண்ணு இப்படி அசடாட்டம் கேள்வி கேக்கறா... என்ன பாட்டு பாடறதுன்னு... பொண்ணுபாக்க வந்த எடத்துல 'பாபா ப்ளாக் ஷீப்பா' பாடுவா...

ரங் : உம்ம பையனுக்கு என்னை கேட்டா அதுதான் correct...

நர : என்ன சொல்றேள்?

ரங் : சரி ஓய், மாலு, ஏதான ஒரு கீர்த்தனை பாடேண்டி...

மாலு : எந்தரோ மஹானுபாவ... எந்தரோ மஹானுபாவ... எந்தரோ... அல்லாவு அக்பரு அல்லாவு... அக்பரு... ஓரம்போ ஓரம்போ ருக்குமணி வண்டி வருது... வாங்கோ வந்து நில்லுங்கோ...

நர : No... No... Stop it... I say stop it... போதும்... என்ன ரங்கபாஷ்யம், ஒரு பைத்தியத்தை எம் பையன் தலைல கட்ட பாத்தீரா...

ரங் : யார் ஓய் பைத்தியம்...

நர : உம் பொண்ணுதான்... இப்படியா ஒரு அசடு பாடும்...

ரங் : எல்லாம் உம்ம பையனுக்கு இந்தப் பாட்டு போதும்...

நர : ஒண்ணு பைத்தியமா இருக்கணும், இல்லை உம்ம பொண்ணு திமிர் புடிச்சவளா இருக்கணும்.

ரங் : வாயை அடக்கிப் பேசுங்கோ. உம்ம குறைப் பிரச வத்துக்கு இந்தப் பாட்டு போதும்.

நர : உம்ம பொண்ணுக்குக் கல்யாணம் ஆறது ரொம்ப கஷ்டம். முளைச்சு மூணு இலை விடலை... அதுக் குள்ள இவ்வளவு திமிரா...

ரங் : சர்தான் ஓய்... உம் பையன் இன்னும் முளைக்க வேயில்லையே...

நர : எனக்கு உம்ம கூட சம்பந்தம் பண்ணிக்க புடிக்கலை... எழுந்திருடா பாஷ்யம்...

ரங் : ரொம்ப சந்தோஷம்... நாங்களும் அதைத்தான் சொல்ல இருந்தோம்...

நர : பொண்ணா அது? loose... வாடா போகலாம்... ஆமாம், குழாய் எங்க இருக்கு... போய் கையை அலம்பிண்டு வாடா...

ரங் : உம் பையனுக்கு எதுக்கு ஓய் குழாய் தண்ணி அலம்பிக்க... மைதிலி மாமி, ஒரு tumbler ஜலம் கொண்டு வாங்கோ, பையனை குளிப்பாட்டியே அனுப்பிடலாம். எம் பொண்ணு looseஆம்...

ராம : பாஷ்யம், அங்க பாத்ரூமிருக்கு... போய் அலம்பிண்டு வா... ரங்கபாஷ்யம் விடுய்யா... அதான் சம்பந்தம் இல்லைன்னு ஆயிடுத்து இல்லே... let us part as friends...

ரங் : ஆமாம் இவரோட சம்பந்தம் ஒண்ணுதான் கேடு... பையனே P.T. சம்பந்தம் மாதிரி இருக்கான்.

(அப்துல் காதர் cum பாஷ்யம் with mask coming)

கோனார், ராமானுஜம், பையன் மூஞ்சியை பாருங்க ளேன்! அய்யய்யோ இது பையன் இல்லை, பேய்... வாடி மாலு... *(Exit)*

ராம : மைதிலி உள்ள போ... குள்ளமா இருந்தாலும்

பரவாயில்லேன்னு பாத்தா... என்ன கோர ஸ்வரூபம்! போயேண்டி உள்ள, ஏற்கனவே பயந்த சுபாவம் நீ... (exit)

நர : என்ன ஆச்சு இவாளுக்கெல்லாம் (பீமாராவிடம்) ஏன் சார்... ஏன் எம் பையனை பாத்து எல்லாரும் பயந்து ஓடறாங்க... சொல்லுங்க சார்... சொல்லுங்க (பீமாராவ் உக்கார்ந்திருந்த poseலிருந்து படுக்கிறார்) என்ன இந்தாள் உக்காண்ட நிலையிலயே மயக்கம் போட்டுட்டான்? சரியான கிராக்கு குடும்பம்... வாடா போகலாம்... பாஷ்யம், ஏண்டா கைல கட்டியிருந்த watch எங்க... Bathroomல கை அலம்பறச்ச கழட்டி வச்சிருக்கியா பாரு... ஓடு...

(அப்துல் காதர் ஓடி பாஷ்யமாக திரும்புகிறான்)

பாஷ் : அப்பா, நல்லவேளை ஞாபகப்படுத்தின, watch bathroomல இருந்தது... வா போகலாம்... ஒரு நிமிஷம்... 6 மணி ஆறது... இன்னிக்கு 2nd test India vs England யார் toss...ல win பண்ணான்னு ரேடியோல கேட்டுட்டு வரேன்...

நர : சட்னு வாடா...

(பாஷ்யம் ரேடியோவை வைக்கிறான்)

இன்றைய எமது தொலைக்காட்சி நிகழ்ச்சிகள் 6.30 மணியிலிருந்து 7.00 வரை வயலும் வாழ்வும்... 7.00 - 7.30 Quiz; வழங்குபவர்... 8.00 - 8.15 செய்திகள்... (மூடுகிறான்)

பாஷ் : என்னப்பா இந்த radio? TV எடுக்கறது?

நர : ஆமாண்டா வை...

(பாஷ்யம் வைக்கிறான்; 5லிருந்து 6.00 வரை ஒலிபரப்ப இருந்த சார்லி சாப்ளின் நிகழ்ச்சியை தொலைக்காட்சி நிலைய கோளாறு காரணமாக ஒலிபரப்ப முடியவில்லை... இந்தத் தடங்கலுக்கு வருந்துகிறோம்)

(திரை)

காட்சி 10

மைதிலி : *(மாதுவுக்குப் பித்தானை போட்டு)* மாது கண்ணா இந்த வாட்டியான interview pass பண்ணிடுவியாடா?

மாது : கவலைப்படாதேம்மா... இந்த வாட்டி General Knowledgeலேந்து electrical, electronics, economics, commerce, Tamil literature எதுல கேள்வி கேட்டாலும் டக்டக்னு பதில் சொல்லிடுவேன்.

மைதிலி : எப்படிடா?

மாது : எந்த கேள்விக்கும் answer readyஆ இருக்கு *(பின்னால் திரும்பி)* Readyஆ?

அல் : Ready உசூர்... இந்த Bagல General Encyclopedia, modern electronics, latest scientific development... இது தவிர பேப்பர்ல headline என்னன்னு கேப்பா, அதனால் இன்னித்து Hindu, Express, தினமணி why இந்து நேசன் கூட ஒரு காப்பி வச்சுருக்கேன், போறுமா?

மாது : போறும்...

மைதிலி : என்னடா போறும்?

மாது : ம்... பட்டன் போட்டது போறும்னேன்.. அம்மா.. பின்னை இந்த எடத்துல குத்து... ஏன்னா ஒவ்வொரு interviewக்கும் நீ பின் குத்தறச்ச மார்ல சேத்து குத்தறயா- அங்க ஒரு ஓட்டையே இருக்கு... எடத்தை மாத்தாத... மாத்தின மார் fullஆ ஓட்டையா விழுந்து பாக்க ஊதுவத்தி Stand மாதிரி இருக்கும்...

(ரங்கபாஷ்யம் entry)

ரங் : மாது எங்க interviewக்கா?

மாது : ரொம்ப நாளா ஒரு ஆசை இந்த மாதிரி டை, shoeலாம் போட்டுண்டு marketக்கு போய் கறிகாய் வாங்கிண்டு வரணும்னு...

ரங் : என்ன சொல்ற?

மாது : ஏன் சார் வயத்தெரிச்சலை கொட்டிக்கிறீங்க? interviewக்குத்தான்...

ரங் : Best of luck...

மாது : wish you the same...

ரங் : பாத்தியா மாது? இந்த வாட்டி interivewல பாஸ் பண்ணி வேலை கிடைச்சா உனக்கு ஒரு very good presentation பண்ணப் போறேன்...

மாது : என்ன சொல்றீங்க?

ரங் : Present என்னன்னு கேக்கலையே?

மாது : என்ன?

ரங் : My daughter மாலு... Yes, நீ மட்டும் pass பண்ணி வேலைக்கு சேந்துடு - மறுநாளே உனக்கும் மாலு வுக்கும் கல்யாணம்... வரதட்சணையே குடுக்க வேண்டாம் - free free free.

(திரை)

காட்சி 11

Interview **நடக்கும்** Company

(மாது entry)

(பெஞ்சில் பாஷ்யம்)

மாது : (அருகில் அமர்ந்து) குட்மார்னிங்.

பாஷ் : Good morning, My name is பாஷ்யம்.

மாது : My name is Madhavan.

பாஷ் : நான் இதுக்கு முன்னாடி ஒரு Companyல இருந்தேன் - 1500ரூ சம்பளம்... job satisfaction இல்லை... அதான் இப்ப இந்த Companyக்கு வந்துருக்கேன்... நீங்க?

மாது : எனக்கு jobஏ இல்லை... நீங்க என்ன படிச்சிருக்கீங்க?

பாஷ் : M.E. Electronics.

மாது : அப்படின்னா?

பாஷ் : Master of Engg. in Electronics... இது தவிர

managementல ஒரு diploma வேற வாங்கியிருக்கேன். நீங்க?

மாது : நீங்க choiceல விட்டதை நான் பாடமா படிச்சேன்... L.E.E. diploma in Electrical Engg. ... நாம ரெண்டு பேர்தான் interviewக்கு வந்துருக்கோமா?

பாஷ் : ஆமாம்... ஏன்?

மாது : மொத்தம் எவ்வளவு post காலியாயிருக்கு?

பாஷ் : ஒரே ஒரு postதான்... ஏன்?

மாது : So, போட்டி நம்ம ரெண்டு பேருக்கும்தான்... நீங்கள் M.E. Electronics... நான் L.E.E. உங்களுக்கு நல்ல better chance, இல்லை?

பாஷ் : Naturally...

மாது : Interviewல எந்த கேள்வி கேட்டாலும் answer பண்ணிடுவீங்களா?

பாஷ் : Certainly. எந்த கேள்விக்கும் answer என்னோட finger tipsல இருக்கு. *(நகத்தை கடிக்கிறார்)*

மாது : நகத்தை கடிக்காதீங்க... finger tipsல உள்ள answer லாம் எச்சையாறது. நீங்கதான் மொதல்ல வந்தீங்க. So நீங்கதான் மொதல்ல interviewக்கு போவீங்க... அப்படித்தானே?

பாஷ் : ஆமாம்... ஏன்?

மாது : நீங்க interview பாஸ் பண்ணிட்டா... பண்ணிட்டா என்ன நிச்சயம் பண்ணிடுவீங்க... உங்களுக்கு வேலை கிடைச்சுடும்... என்னை interview பண்ணக் கூட மாட்டாங்க, அப்படித்தானே?

பாஷ் : ஆமாம்...

மாது : நீங்க இப்படி உக்காண்டுக்கங்க... நான் first interviewக்கு போய்ட்டு வந்துடறேன்...

பாஷ் : இந்த interviewக்கு லட்சம் பேர் வந்தா கூட எனக்குத்தான் வேலை கிடைக்கும்.

மாது : அதெப்படி அவ்வளவு நிச்சயமா சொல்றீங்க?

பாஷ் : என்ன சார், புரியாம பேசறீங்க? அப்பா வேலை பாக்கற companyல பையனுக்கு வேலை கிடையா தும்பாங்களா?

மாது : என்ன சொல்றீங்க...?

பாஷ் : எங்கப்பாதான் இந்த companyக்கு accounts manager... Infact நான் இன்னிக்கு சினிமா போகலாம்னு கிளம்பி னேன்... அப்புறம் திடீர்னு ஞாபகம் வந்தது... இன்னிக்கு interviewனு... அதான் dress கூட சரியா பண்ணலை.

மாது : உங்களுக்கென்ன சார்... படிப்பு இருக்கு, நல்ல pushம் இருக்கு... dressஏ இல்லாம நீங்க வந்தாகூட வேலை கிடைச்சுடும்.

பாஷ் : என்ன பண்ணறாங்க... மணி 10.30 ஆறது... interview ஆரம்பிக்கலாமா? ரங்கசாமி... ரங்க சாமி...

ரங்க : என்ன பாஷ்யம் சார்?

பாஷ் : இவன்தான் ரங்கசாமி - பியூன்... இவனுக்கு எங்கப்பாதான் வேலை போட்டு தந்தார்... ரங்க சாமி, interview எப்பப்பா ஆரம்பிக்க போறீங்க... சட்னு முடிச்சு தொலைக்க சொல்லுப்பா... எனக்கு வெளியில வேற வேலையிருக்கு.

மாது : சார், வெளில வேற வேலையிருக்கா... பேசாம அந்த வேலைக்கு நீங்க போயிருங்களேன்... இந்த வேலையை எனக்கு தந்துட்டு...

பாஷ் : No... No... வீட்ல குழாய் ரிப்பேர்... plumberஐ பார்த்துட்டு வரச் சொன்னார் எங்கப்பா... அந்த வேலையைச் சொன்னேன்.

ரங்க : பாஷ்யம் சார்... சார் யாரு?

மாது : எம்பேர் மாதவன்... நானும் interviewக்கு வந்துருக் கேன்.

ரங் : உங்களை பாத்தா பாவமாயிருக்கு சார். ஏன் பாஷ்யம் சார், வேலைதான் நிச்சயம்னு ஆயிடுத்தே... எதுக்கு கண்ட கண்டவங்களை interviewக்குக் கூப்பிட்டு time waste பண்றாங்க...

பாஷ் : ரங்கசாமி, அது தப்பு. கம்பனி policy அப்படி... என்னதான் வேலை எனக்கு நிச்சயமா இருந்தாலும் அட eye washக்கு ஒருத்தர் ரெண்டு பேரை கூப்பிடறது ஒரு வழக்கம் இல்லையா?

ரங் : அதுவும் வாஸ்தவம்தான் (exit)

(அலாவுதீன் entry)

மாது : வா அலாவுதீன்...

பாஷ் : என்ன சொல்றீங்க? அலாவுதீனா?

மாது : ஆமாம், அது என்னோட குலதெய்வம்!

பாஷ் : அலாவுதீன் குலதெய்வமா... என்ன சார் படிப்புத்தான் சரியில்லைன்னு பாத்தா காப்பாத்தற குலதெய்வமே சரியில்லை... அலாவுதீன் அலிபாபாவையெல்லாம் குலதெய்வமா வச்சுப்பாங்களா?

அலா : உசூர், இப்படி வாங்களேன்... அந்த பையன் யார் தெரியுமா? உங்க மாலுவை கொஞ்ச நாள் முன்னே பொண் பாக்க வந்தானே, பாஷ்யம், அவன்தான்.

மாது : அந்த பாஷ்யமா?

பாஷ் : கூப்பிட்டீங்களா... சார்?

மாது : உங்களை இல்லை சார்... நீங்க உக்காருங்கோ... என்னை கேட்டா அலாவுதீன், இவன் பேரை பாஷ்யத்துக்கு பதிலாM.N. நம்பியார்னு வச்சுக்கலாம்... Rascal, எங்க போனாலும் எனக்கு போட்டியா வரானே?

அலா : Don'tworry உசூர்... பாஷ்யம் என்ன, அவன் தாத்தாவே வந்தாலும் நீங்கதான் interviewல ஜெயிக்கப் போறீங்க...

மாது : இல்லை அலாவுதீன், நீ தப்பு கணக்கு போடற... பாஷ்யம் ரொம்ப படிச்சவன். இது தவிர பாஷ்யத்துக்கு நல்ல recommendation வேற இருக்கு... முகம்மது அலியோட சண்டை போட நம்ப பேட்டை முனு சாமி கோதால இறங்கின மாதிரி... இவனுக்கு நான் ஒரு போட்டியா...

அலா : உசூர், நானிருக்க பயமேன்... பாஷ்யம் பேசினாத் தானே interviewல பதில் சொல்ல... அவனை பேச வுடாம நான் பாத்துக்கறேன் உசூர்...

மாது : புரியாம பேசறிய அலாவுதீன்... பாஷ்யம் ஊமையா இருந்தாலும்கூட அவனுக்கு இந்த வேலை நிச்சயம்.

அலா : O.K. அப்ப இப்படி பண்ணிடறேன். என்னதான் படிச்சாலும் பைத்தியத்துக்கு வேலை குடுப்பாங்களா உசூர்?

மாது : என்ன சொல்ற?

அலா : பாஷ்யத்துக்கு பைத்தியம் பிடிச்சுட்டதா interview பண்றவங்களை நினைக்க வக்கறேன்... பாருங்க ளேன்...

ரங் : (வந்து) பாஷ்யம் சார்... உங்களை interviewக்கு கூப்பிடறாங்க.

பாஷ் : தோ வரேன் ரங்கசாமி... Mr. மாதவன்...

மாது : என்ன?

பாஷ் : யாரோட பேசிண்டிருந்தீங்க...?

மாது : என் குல தெய்வத்தோட

பாஷ் : You mean அலாவுதீன்-

மாது : Yes.

பாஷ் : உங்களை பாத்தா பாவமாயிருக்கு... பாவம்டா ரங்க சாமி, வேலை கிடைக்காம சாருக்கு பைத்தியமே பிடிச்சுடுத்து... அலாவுதீனோட பேசறானாம்... பைத்தியம் பைத்தியம் (அலாவுதீன் பாஷ்யம் மண்டையில் குட்டுகிறான்)

பாஷ் : டேய் ரங்கசாமி, ஏண்டா என் தலைல குட்டினே?

ரங் : நான் குட்டினேனா? இல்லை சார்... என்ன உளர்றீங்க...?

(அலாவுதீன் குட்டுகிறான்)

பாஷ் : Mr. மாதவன் விளையாடாதீங்க... ஏன் என் தலைல குட்டினீங்க?

மாது : இதென்னடா வம்பா போச்சு... ஏம்பா ரங்கசாமி, நானா இவர் தலைல குட்டினேன்?

ரங் : என்ன பாஷ்யம் சார்... உங்களுக்கு என்னாச்சு? சரி சரி, வாங்க interviewக்கு-

(அலாவுதீன் பாஷ்யம் கையைப் பிடித்து இழுக் கிறான்)

ரங் : அட, வாங்க சார்.

பாஷ் : என்ன ரங்கசாமி, நடக்க முடியலை?

ரங் : நடக்க முடியலையா?

பாஷ் : ரங்கசாமி, யாரோ என் கையை பிடிச்சு இழுக்கற மாதிரி இருக்கு...

ரங் : சார், என்னாச்சு உங்களுக்கு?

மாது : அதானே... என்னாச்சு இவருக்கு... சார் interviewக்கு போங்க.

(ஒரு கையால் பாஷ்யத்தின் வாயைப் பொத்தி மறு கையால் உடம்பை கெட்டியாக பிடித்துக் கொள்கிறான் அலாவுதீன்)

பாஷ் : பே... பே... பீ...யூ... பே... பே...

மாது : பேபே... பியூவா? என்ன ரங்கசாமி உளர்றார்? இத்தனை நேரம் நல்லாதானே இருந்தார்...

(அலாவுதீன் விடுகிறான்)

பாஷ் : அப்பா, ரங்கசாமி, யாரோ என் வாயைப் பொத்தி பேசவுடாம பண்ணின மாதிரி இருந்ததுப்பா...

ரங் : உங்களுக்கு என்னாச்சு?

(அலாவுதீன் பாஷ்யத்தின் வேஷ்டியை மடித்து கட்டுகிறான்)

பாஷ்யம் சார் என்னது உங்க வேஷ்டி தானா மடிச்சுக் கட்டிக்கிறது?

பாஷ் : ஆமாம் எப்படி? (வாயைப் பொத்துகிறான் அலாவுதீன்) பாபா... பீயூ?

ரங் : மறுபடியும் பாபா பீயூவா... என்ன விளையாடறீங்க? நான் பைத்தியமாயிடுவேன் போலிருக்கு...

பாஷ் : அப்பா, அய்யோ, ரங்கசாமி, வா சட்னு உள்ளே போயிடலாம்... இந்த இடத்துல இருக்க எனக்கு பயமாயிருக்கு (உரக்க) ரங்கசாமி... ரங்கசாமி...

ரங் : என்ன சார்?

பாஷ் : வேஷ்டியை யாரோ பிடிச்சு இழுக்கறாங்க.

ரங் : நல்ல பிள்ளை சார்... பாவம் யார் கண்ணு பட்டு தோ... இப்படி ஆயிடுத்து...

பாஷ் : *அப்பா ரங்கசாமி,* Please *வாயேன், போகலாம் உள்ளே. எனக்கு பயமாயிருக்கு (*Exit*)*

அலா : *உசூர், இருங்கள் கொஞ்ச நேரம் பாஷ்யத்தோட* interview *ஹாலில் விளையாடிவிட்டு வருகிறேன்... இப்பொழுது பாஷ்யம் அடிக்கப் போற கூத்தில பாஷ்யத்தோட அப்பாக்கே வேலை போனாலும் ஆச்சரியப்படறதுக்கில்லை.*

*(*Lights off and on*)*

(Interview hall)

ஒருவர் : Hello *பாஷ்யம்.* My name is *சுந்தரேசன்.* I am the chief Engineer of this concern... He is *ராமாமிருதம் - பர்சனல் மானேஜர்... இவர் சின்னி கிருஷ்ணன் -* export-import manager.

சி.கி. : *சுந்தரேசன், இ பாஷ்யத்தோட அச்சன்தான் நரசிம்மா சாரியோ...*

சுந் : *ஆமாம். பாஷ்யம் உனக்குத் தெரியுமோ? உங்கப்பா சின்னி கிருஷ்ணனுக்கு அந்தக் காலத்துலேர்ந்து* friend. *ரங்கசாமி, போய் காபி கொண்டா.*

சி.கி. : *சுந்தரேசன் நெனக்கு சாயா.*

ரங் : *சாயாவை விடாதீங்க.*

சுந் : *கம் ஆன் பாஷ்யம்.* come in and take you seat. *(பாஷ்யத்தை அலாவுதீன் பிடிக்க)*

சுந் : what are you doing? *வாப்பா-*

பாஷ் : *வரேன் சார், நீங்க வேற என் கஷ்டம் புரியாம... அப்பா (வருகிறான்) கால்ல சுளுக்கு-அதான் நடக்க முடியலை.*

சுந் : *உக்காருங்கோ* chair*ல.*

பாஷ் : Thank you sir.

*(*Chair*ல அமர அலாவுதீன்* chair*ஐ ஆட்டுகிறான்)*

ராம : *பாஷ்யம், என்ன பண்ற?*

பாஷ் : *நான் ஒண்ணும் பண்ணலை சார்;* chair *தானா ஆடறது.*

சுந் : *பாஷ்யம்,* Stop the nonsense I say *(*Chair *ஆடுவது நிற்கிறது) விளையாடறியா?* Be serious I say...

என்னதான் வேலை உனக்கு நிச்சயமா இருந்தாலும் நீ இப்படி behave பண்றது தப்பு.

பாஷ் : பாபாப் பீ யூ... பா...பீ... யூ...

சி.கி. : அய்யோ சுந்தரேசன், இ சேட்டன் பாஷ்யம் யாது பரயு?

சுந் : பாஷ்யம், என்ன உளர்ற?

பாஷ் : பாப... பீபீ... சார் யாரோ என் வாயை பொத்தி பேச வுடாம பண்ற மாதிரி இருக்கு சார்.

சி.கி. : சுந்தரேசன், நான் நினைச்சது சரிதான்.

சுந் : என்ன?

சி.கி. : இ சேட்டன் பாஷ்யத்தோட அச்சன் நரசிம்மாசாரி ஒரு மாதிரிதான். சின்ன வயசுல பிராந்து பிடிச்சா மாதிரி உளறுவான்.

சுந் : பாஷ்யம், என்ன பண்ற? ஏன் fileல கிழிக்கற?

பாஷ் : நான் கிழிக்கலை சார்... யாரோ என் கையை பிடிச்சு கிழிக்கறாங்க...

சுந் : பாஷ்யம் வாணாம்... ராமாமிருதம் குனிஞ்சுக்க... *(பாஷ்யம் கைல* paper weight. *ரங்கசாமி அவனை பிடிச்சுத் தள்ள)*

சி.கி. : பகவதி காப்பாத்து *(*Table *அடியில் நுழைகின்றனர்)*

பாஷ் : நான் ஒண்ணும் பண்ணலை சார்... என்னை யாரோ பாப...பீ..பீ..
(ரங்கசாமி வெளியே தள்ளுகிறான்)
*(*lights off and on*)*

மாது : *(உள்ளே வந்து)* என்ன யாரையும் காணோமே? Hello, இங்கதான interview?
*(*Table *அடியிலிருந்து சுந்தரேசன் வந்து)*

சுந் : யோவ் சி.கிருஷ்ணன், பாஷ்யம் போயாச்சு, get up... ராமாமிருதம் உள்ளே வரியா... You are Mr. Madhavan... Isn't it?

மாது : Yes sir.

சுந் : Take your seat.

மாது : I am a L.E.E. diploma in electronical engg. sir. படிக்க வசதியில்லை... அதான் பெரிய படிப்பெல்லாம் படிக்கல... But நீங்க எதை கேட்டாலும் டக்டக்னு answer பண்ணிடுவேன்... from phcnography to philosophy எதுல வேணும்னாலும் கேக்கலாம்.

(மூன்று பேரும் மாறி மாறி கேள்விகள் கேக்க அலாவுதீன் புத்தகத்தைப் பார்த்து பதில் சொல்ல, மாது சொல்கிறான்)

சுந் : Fantastic மாதவன்.

ராம : மாதவா, பிச்சு கட்டிட்டியே?

சி.கி. : மாதவா, ஏ Classஆ பதில் பறைஞ்சு.

மாது : Thank you sir.

(மாது spotல்)

Tape voice : Mr. Madhavan, you are appointed as the sales cum service eng. of this esteemed organization. Your salary is Rs.2500/- per month. You will be provided with a car and after one year you are eligible for house rent allowance of Rs.1000/- per month.

மாது : Thank you sir, thank you.

(கிளம்புகிறான்)

அலா : உசூர்...

மாது : யாரு அலாவுதீனா? வாயேன் பின்னாடி... நா சட்னு வீட்டுக்கு போய் விஷயத்தை சொல்லணும். இப்ப பாத்து ஏன் உசூர் உசூர்னு கழுத்தை அறுக்கற? (Exit)

(திரை)

காட்சி 12

Spot 1

மாது : சட்னு மா... ஆபீஸுக்கு டயமாச்சு...

மைதிலி : தோ ஒரு நிமிஷம்டா மாது...

ராம : (வந்து) ஏ மைதிலி, அந்த Shoeவை கீழே போடுடி... ஏண்டா மாது, பெத்தவளை Shoeக்கு பாலிஷ் போடச் சொல்றியே... வெக்கமாயில்லே...

மாது : சரி... அப்ப நீ போடு...

ராம : அடி ராஸ்கல்... உனக்கு வேலைக்கு போக ஆரம்பிச்ச துலேந்து திமிர் ரொம்ப ஜாஸ்தியா போயிடுத்து.

மாது : சரி சரி... உடனே ஓன்னு கத்தி ஊரை கூட்டி எம் மானத்தை வாங்காதே... அப்புறம் அப்பா நீ Retire ஆறதுக்கு இன்னும் கொஞ்ச நாள்தானே இருக்கு... பேசாம வேலைக்கு முழுக்கு போட்டுட்டு வீட்டிலே உக்காரேன் அக்கடான்னு.

மைதிலி : மாது சொல்றதும் Correct தான்... புள்ளை கை நிறைய சம்பாதிக்கச்சே இந்த வயசான காலத்திலே நீங்க ஏன் வேலைக்குப் போய் கஷ்டப்படணும்?

மாது : அதுக்கில்லம்மா... நான் மாசம் Rs.2500 சம்பாதிக்கிற Sales Service Engineer. எங்கப்பா Corporation Schoolக்கு வாத்தியார்னா எனக்குத்தானே அவமானம்... அதான் அப்பாவை Resign பண்ணச் சொன்னேன். அம்மா கார் வந்தாச்சு, நான் கிளம்பறேன்.

மைதிலி : இந்தாடா மாது...

மாது : என்ன மோர் சாதம் ஊறுகாயா? உனக்கு எவ்வளவு தடவை சொன்னாலும் தெரியலை. டெய்லி நான் Lunchக்கு Taj Coromandalக்கும் Cholaவுக்கும் போறேன். எனக்கு மோர் சாதம் ஊறுகாய் சரியான அல்பம். என் தலையெழுத்து. என்னை பெத்தவங்க இப்படி அல்பமா இருக்கவாணாம் (விசிறி எறிகிறான்).

அலா : (கோபமாக) உசூர்...

மாது : .... நான் வரேன்.

(Exit)

Spot 2

மாது : பீமராவ்... யோவ் பீமராவ்...

பீமா : என்ன மாது... என்னை தலைவர் தலைவர்ம்பே... வர வர பீமராவ்னே கூப்பிட ஆரம்பிச்சுட்டே...

மாது : என்ன தப்பு... அதானே உம்பேர்... ஆமாம் சொல்றேன்னு தப்பா நினைக்காதே. இப்படி வெட்டியா weightஐ தூக்கிட்டு பொழுதைப் போக்கிறியே... Are you not ashamed..... weight தூக்கிண்டு வேஸ்ட் ஆக்கற டயத்துல... நாலு செங்கல்ல தூக்கி கொடுத்தா ஒரு கட்டிடமான்ன வளருமில்லையா... நாலு காசான சம்பாதிக்கலாம் இல்லையா...

பீமா : (weightஐ வைத்து) மாது உனக்கென்னாச்சு?

மாது : உன்னை மாதிரி தண்டச்சோறுகாரனாலதான்யா நம்ம நாடே உருப்படலை.

பீமா : மாது...

மாது : No... பேசாதே பீமராவ்... Talk less work more.... உனக்கு வேலை இல்லையா நான் தரேன். என் Shoeக்கு பாலிஷ் போடு... மத்யான Lunchக்கு டிபன் காரியர் கொண்டு வா... மாசம் 50 ரூபா போட்டுத்தரேன். உழைச்சு உருப்படற வழியைப் பார் பீமராவ். இப்படி உடம்பை வளத்து நீ Mr. Madras ஆனா யாருக்கு என்ன லாபம்... உடம்பை வளத்தது போறும்; பீமராவ் கொஞ்சம் மூளையையும் வளக்கணும் பார்.

Spot 3

ராம : கோனார், ப்ளீஸ் எனக்காக ஒரு பத்து நாள் பொறுத்துக்குங்க. சம்பளம் வந்ததும் மொதல் காரியமா உங்களுக்கு நான் தரவேண்டிய வாடகை பாக்கியை செட்டில் பண்ணிடறேன்... ப்ளீஸ்...

கோனார் : அது இல்லை சார்... என்னிக்கான.... நான் உங்களை இது மாதிரி வாடகை பாக்கியை தாங்கன்னு கேட்டிருக்கேனா? உங்களை மாதிரி பெரியவங்க இங்க குடியிருக்கிறதை ஒரு பாக்கியமா கருதறேன். என் தலையெழுத்து வீட்டிலே நெலமை

சரியில்லை. பணம் ரொம்ப அவசியமா தேவைப் பட்டது. அதான் வாடகை பாக்கியை கேட்டுட் டேன், மன்னிச்சுடுங்க.

மாது : (வந்து) என்ன கோனார், வாடகை பாக்கி அது இதுன்னு...

கோனார் : உனக்கு ஒண்ணும் இல்லை தம்பி...

மாது : அப்பா கோனாருக்கு நாம எவ்வளவு பாக்கி...

ராம : 750 ரூபா... ஏன்...?

மாது : இந்தா பிடி கோனார். இதுல 750 ரூபா இருக்கு... இனி இந்தப் பக்கம் மூஞ்சியைக் காட்டாதே...

ராம : மாது...

மாது : பின்ன என்னப்பா, உனக்கு வெக்கமாயில்லை? கோனார் யாரு? after all பால்காரன். நீ ஒரு Sales cum Service Engineerரோட father... அவன் கிட்ட போய் கெஞ்சறியே...

கோனார் : தம்பி...

மாது : யோவ், அதான் பணத்தை தந்தாச்சு இல்லை... எடத்தை காலி பண்ணு. அடுத்த மாசம் நாங்க அண்ணா நகர்லே ஒரு புது flatக்கு போறோம். பொல்லாத வீடு - இதுக்கு வாடகைதான் கேடு. எடத்தை காலி பண்ணுய்யா... உம் மூஞ்சியைப் பார்த்தாலே எனக்கு எருமை மாடு ஞாபகம்தான் வரது... நீ ஒரு அல்பம்பா. கண்டவன் கிட்ட கெஞ்சிண்டு... சேத்தரி.

Spot 4

ரங் : மாது நீ என்னப்பா சொல்ற... சுய நினைவோடுதான் பேசறியா?

மாது : சார்... சொல்றேன்னு தப்பா நினைக்காதீங்க. இருக்கிற பதவிக்கு தகுந்தா மாதிரி Behave பண்ணாதான் இருக்கிறவனுக்கும் மதிப்பு, பதவிக்கும் மதிப்பு... இப்ப நான் இருக்கிற Statusக்கு உங்க டாட்டர் மாலுவை கல்யாணம் பண்ணிண்டா என் கௌரவம் என்னாறது?

ரங் : மாது, என்னப்பா இப்படி பேசறே?

மாது : சார் எந்த பெண்ணைக் கல்யாணம் பண்ணிக்கிறோம்கிறது முக்கியமில்லை... கல்யாணம் பண்ணிக்கப்போற பெண்ணோட அப்பா - I mean என்னோட வருங்கால மாமனார் - எவ்வளவு பெரிய ஆளுங்கிறதுதான் முக்கியம்.

ரங் : மாது...

மாது : Please correct yourself. நான் மாது இல்லை. Mr. மாதவன் Sales Cum Service Engineer. O.K. Good Bye.

(திரை)

காட்சி 13

(Centre spot)

மாது : *(தோளில் Air bag, கையில் Suit case)* அம்மா, நான் கிளம்பறேன்... Trainக்கு டயமாச்சு...

அலா : *(வந்து)* உசூர் எங்க போறீங்க...

மாது : *(Airbag suitcase ஐ கீழே போட்டு)* போச்சு, கிளம்பறச்சவே அபசகுனம் மாதிரி எங்க போறேன்னு கேட்டுட்ட இல்ல... உருப்பட்டா மாதிரிதான்.

அலா : உசூர், உங்களை ஓரளவு lifeல உருப்பட வச்சதே நான்தான். என்னை அபசகுனம்கறீங்களே... வேடிக்கையா இருக்கு... எங்க வெளியூருக்கா...

மாது : ரொம்ப அவசியம் தெரிஞ்சாகணுமா...

அலா : உசூர், எனக்குத் தெரியாம நீங்க எதையும் பண்ணமுடியாது... ஆனா உங்களுக்குத் தெரியாம நான் என்ன வேணும்னாலும் செய்வேன், ஜாக்கிரதை...

மாது : என்ன அலாவுதீன் ஒரு மாதிரி பேசற... உனக்கு என்ன ஆச்சு?

அலா : உங்களுக்கு என்னாச்சு? அதை மொதல்ல சொல்லுங்க

உசூர்... 2500 ரூபாய் சம்பளம் கிடைச்சதுக்கு இவ்வளவு ஆட்டமா... பெத்தவங்களை எதித்துப் பேசறீங்க... கூடப் பழகின பீமாராவ், கோனாரை தூக்கி எறிஞ்சுட்டீங்க... இது போறாதுன்னு மாலுவுக்கு ஆசை காட்டி இப்ப மோசம் பண்றீங்க.

மாது : ஓ, அதை சொல்றியா... பைத்தியம்டா அலாவுதீன் நீ... கோனார் பீமாராவ் யாரு after all train friend மாதிரி தானேப்பா... நாம போக வேண்டிய station வந்துட்டா கழட்டி விட வேண்டியதுதானே... கூடவே இந்த திருவல்லிக் கேணி ஒண்டு குடுத்தனத்திலயா நான் வாழ்நாள் பூரா இருக்கப் போறேன்...

அலா : மாது... மன்னிக்கணும். இனியும் உங்களை உசூர்னு கூப்பிட்டா எனக்கு மட்டுமில்லை... எனக்கு அந்தக் காலத்துல help பண்ண பூதத்துக்கே பொறுக்காது...

மாது : நீ எப்படி வேணும்னாலும் என்னை கூப்பிடு. I am not bothered... எனக்கும் ஒரு position வந்துடுத்து பாரு அலாவுதீன்... Now I am not மாது - மாதவன் sales cum service Engineer... மாசம் 2500 ரூபாய் சம்பாதிக்க றேன்... நான் மாலுவை கல்யாணம் பண்ணிண்டா என் prestige என்னாவது...

அலா : வாஸ்தவம்தான். மாலுவோட சேத்து வச்சு பாக்கறச்ச அந்தஸ்துல நீங்க ரொம்ப உசரத்துலதான் இருக்கீங்க...

மாது : அப்புறம் என்ன?

அலா : மாது, ரொம்ப உசரத்துல இருக்கீங்க, கீழே விழுந்தீங்க, அடி பலமா இருக்கும், ஜாக்கிரதை.

மாது : சரி சரி, உன் உபதேசம் எனக்கு வாணாம்... தோ பார்... எவ்வளவோ help நீ பண்ணே... ரொம்ப thanks... அந்த 100 watts bulb ரெண்டு மூணு நாளாவே கொஞ்சம் மங்கலாத்தான் எரிஞ்சுண்டுருக்கு... மிஞ்சிப் போனா பத்து நாள்தான் தாங்கும். அந்த bulb fuse ஆறதுக்குள்ள - அதாவது நீ என்னை விட்டுப் போறதுக்குள்ள கடைசியா ஒரு help... எங்க office personal manager ராமாமிருதத்தோட daughter ரேணுகான்னு பேரு...

அவளை நான் கல்யாணம் பண்ணிக்க ஆசைப்பட றேன். நான் இப்ப ஒரு அஞ்சு நாள் ஊட்டிக்குப் போறேன்... சும்மா friends சோட ஜாலியா இருந்துட்டு வர... அதுக்குள்ள எப்படியாவது ராமாமிருதத்தை இதுவிஷயமா convince பண்ணி வை...

அலா : அப்ப... மாலு...

மாது : தோ பார், அது என் personal விஷயம். முடிஞ்சா நான் கேட்ட help பண்ணு - அப்புறம் உன் இஷ்டம்... அடடே டயமாச்சு Trainக்கு... நான் கிளம்பறேன் அலாவுதீன்... Suppose நான் வரதுக்குள்ள அந்த bulb fuse ஆயி நீ போற பட்சத்துல இப்பவே உனக்கு சொல்லிடறேன்... Thank you, sorry, சலாமாலேகும்... good bye...

(Exit)

அலா : அஸ்சலாமாலேகும் மாது... முள்ளை பாத்து ரோஜான்னு நினைச்சு தெரியாம வளத்துட்டேன்... இப்பதான் புரியுது கள்ளி பாத்தின்னு... நான் வளத்ததை நானே வெட்டறேன்... *(உள்ளே போய்)*

(அண்டாகாகசம் அபுகாகுசும் மாது சீசே)

மாது : *(வந்து அலாவுதீன் குரலில்)* மாது... உன்னை மாதுவா உன் உருவத்துல இருந்தே உன்னை எப்படி அழிச்சேன்கறதை ஊருக்கு போயிட்டு வா... நீயே தெரிஞ்சுப்பே...

(Lights off)

காட்சி 14

மாது : என்னப்பா என்ன... அம்மா என்ன... எல்லாரும் பேசாம இருக்கீங்க...

ராம : டேய் மூதேவி... இந்தா பாரு...

மாது : என்னது இது... என்னப்பா இது?

ராம : உன்னை companyலேந்து sack பண்ணிட்டாங்க... உன்னை suspend பண்ண letter - நேத்து உங்க Manager வந்து தந்துட்டு போனார்...

மாது : என்னை suspend பண்ணிட்டாங்களா, ஏன்?

ராம : என்ன கொழுப்பு இருந்தா ஏன்பே திருட்டு ராஸ்கல்... resignation letter நீயே எழுதி கொடுத்துட்டு...

மாது : நான் resignation letter எழுதித் தந்தேனா...

ரங் : நீ தரலைப்பா... உங்க Manager நேத்து உங்கிட்ட எழுதி வாங்கிண்டுருக்கார்...

மாது : என்ன சார் உளர்றீங்க... நான் எப்படி சார் எழுதித் தர முடியும்... நான் அஞ்சு நாளா ஊட்டில இல்ல இருந்தேன்...

ரங் : அப்படித்தாம்பா நாங்களும் நினைச்சோம். But ஏதோ ஒரு hotel ரூம் எடுத்துண்டு தப்பு தண்டாலாம்... அசிங்கம் அசிங்கம்... என் வாயால சொல்ல வாணாம்...உங்க managerதாம்பா சொல்றார்.

மாது : அம்மா, இவர் என்ன சொல்றார்?

மைதிலி : அவர் பாதிதான் சொன்னார்... மீதியை நாங்க சொல் றோம்... எங்கடா அந்த 6000 ரூபாய்?

மாது : எந்த 6000 ரூபாய்?

கோனார் : சும்மாசொல்லக்கூடாது ராமானுஜம்... உம்புள்ளைக்கு

செம்ம நெஞ்சழுத்தம் - எந்த 6000 ரூபாவா... நல்ல வேளை நானும் பீமாராவும் கைல இருந்ததை போட்டு அடைச்சோமோ பொழச்சே... இல்லேன்னா கம்பி எண்ணிண்டுருப்பே இந்நேரம்...

ரங் : மாது office பணம் ஆறு ஆயிரத்தை நீ கொள்ளை அடிச்சது மகா பெரிய தப்பு... அதை எப்படி அஞ்சு நாள்ல செலவழிச்சே... அஞ்சு நாளும் ரொம்ப உச ரத்துல இருந்துருக்க போலிருக்கு...

பீமா : ஆமாம் மாது, யார் அந்த ஜெயமங்களம்?

மாது : ஜெயமங்களமா?

ரங் : அடபாவி, அவ பேரையே தெரிஞ்சுக்காமலா அவளோட அஞ்சு நாள் கூத்தடிச்சுருக்கே... நல்ல வேளை ராமானுஜம், உம்புள்ளைக்கு எம் பொண்ணை தர இருந்தேனே... தெய்வம்தான் என்னை காப்பாத்தித்து... worst scoundrel... By the by மாது, உனக்கு தெரியுமோ? மாலுவை நான் வேணுக்கு கல்யாணம் பண்ணி தர முடிவு பண்ணிட்டேன்... திக்கித் திக்கிப் பேசினாலும் வேணு உன்னை மாதிரி பேச்சு மார்றதில்லை... திருத்தணிலே கல்யாணம்...

ராம : கர்மம்... எல்லாம் என் தலையெழுத்து... பாவி இத்தனையும் பண்ணிட்டு ஒண்ணுமே தெரியாத மாதிரி இருக்கியே, என்ன திமிர் உனக்கு...

மாது : என்னப்பா இது... நீயும் நம்பறியே... நான்தான் ஊரிலயே இல்லியே... அப்புறம் எப்படி இதல்லாம் நான் பண்ணினதா சொல்றீங்க...

(அலாவுதீனின் சிரிப்புச் சத்தம்)

டேய் அலாவுதீன், உன் வேலையா இதல்லாம்... இப்ப புரிஞ்சு போச்சு...

ராம : அலாவுதீனா?

மாது : சும்மா இருப்பா... வா... வாடா வா... பாவி உனக்கு எம்மேல என்னடா துவேஷம்... இப்படி எம்பேரை சின்னா பின்னமாக்கியிருக்க...

ரங் : மாது, யாரோட பேசற?

மாது : *சும்மா இருங்க சார்...*
(சிரிப்புச் சத்தம்)

அலாவுதீன், சிரிக்காத... எனக்கு வயிறு எரியறது... எல்லாரும் சொல்லுங்க அண்டாகாகசம் அபுகாகுசும் அலாவுதீன் சீசே...
(எல்லோரும் சொல்ல bulb fuse *ஆகிறது)*

கோனார் : bulb fuse - *பீமாராவ், இது உன்* turn...

அலா : *உசூர் வருகிறேன்... சலாமாலேகும்...இனி மேலாவது உங்க சொந்த கால்ல நிக்க முயற்சி பண்ணுங்க... சலாமாலேகும்... ஓ, உங்க பாஷைல சொல்லணும் இல்லையா...* Good bye!

(திரை)

சுபம்